செயற்கை கதை (TAMIL)

விவேக் குமார் பாண்டே
ஷம்புநாத்

Copyright © Mr Vivek Kumar Pandey
All Rights Reserved.

This book has been published with all efforts taken to make the material error-free after the consent of the author. However, the author and the publisher do not assume and hereby disclaim any liability to any party for any loss, damage, or disruption caused by errors or omissions, whether such errors or omissions result from negligence, accident, or any other cause.

While every effort has been made to avoid any mistake or omission, this publication is being sold on the condition and understanding that neither the author nor the publishers or printers would be liable in any manner to any person by reason of any mistake or omission in this publication or for any action taken or omitted to be taken or advice rendered or accepted on the basis of this work. For any defect in printing or binding the publishers will be liable only to replace the defective copy by another copy of this work then available.

பொருளடக்கம்

அணிந்துரை

ஏழைகளின் தூதரான ராக்கி இப்போது திரும்பி வருவாரா? மீண்டும் உருவாகுமா கேஜிஎஃப் அங்கு தேவாரும் ஜல்வாவும் ராமிகா சென்னை அங்கே உடைக்க முடியும். நம் கடவுள் இவ்வுலகை விட்டுச் சென்றுவிட்டார் என்று அனைவரும் உணர்ந்தனர். ஷெட்டியின் சவால் மற்றும் இனயத் கலீலின் வலையில் இருந்து ரமிகா சென் எப்படி வெளிவருவார். விவேக் குமார் பாண்டே எழுதிய கற்பனைக் கதை இது.

முன்னுரை

எனது பெயர் விவேக் குமார் பாண்டே, நான் ஒரு எழுத்தாளர், நான் குஜராத்தின் சூரத்தில் வசிக்கிறேன், நான் 30 செப்டம்பர் 2002 இல் பிறந்தேன், சிறுவயதில் இருந்தே நடிகனாக வேண்டும் என்று கனவு கண்டுகொண்டிருக்கிறேன், இப்போதும் செய்கிறேன். மக்கள் என்ன செய்கிறார்கள் என்று நான் ஒருபோதும் நினைக்கவில்லை, நான் என்ன செய்கிறேன் என்று நினைக்கிறேன், நான் இன்று வெற்றி பெற்றேன், எனவே அவர் தனது தந்தையால் இன்று வாழ்ந்திருந்-தால், அவர் மிகவும் மகிழ்ச்சியாக இருந்திருப்பார், அவர் எப்போதும் என்னுடன் இருப்பார். என் நிஜ வாழ்க்கை சூப்பர் ஸ்டார் மற்றும் சூப்பர் ஹீரோ என் அன்பான அப்பா. நான் உன்னை நேசிக்கிறேன் அப்பா என் கையிலிருந்த தேநீர் அப்பாவுக்கு மிகவும் பிடித்திருந்-தது.

தேநீர் அருந்த வேண்டும் என்ற எண்ணம் வரும்போது, அவர் சொல்வது வழக்கம். நான் டீ குடிக்க வேண்டும், யார் தயாரிப்பார்-கள், நான் செய்கிறேன் என்று என் அம்மா கூறுகிறார், ஆனால் என் மகன் அதை என் மகன் தயாரிப்பான் என்று என் மகன் சொல்லவில்லை. அவர் கையில் இருக்கும் தேநீர் எனக்கு மிகவும் பிடிக்கும். நான் வேலை முடிந்து வீட்டிற்கு வரும்போது, விவேக் மகனுக்கு போன் செய்கிறேன், நீங்கள் என்ன சாப்பிடுவீர்கள், ஆப்-பிள்களை எடுத்துக் கொள்ளுங்கள் என்று சொல்லுங்கள். நான் சொல்கிறேன் சரி எடுத்துக்கொள் அப்பா. ஒரு கிலோ அல்லது 2 கிலோ எவ்வளவு என்று பாப்பா சொல்வார்.

நான் இல்லை என்று சொல்கிறேன், அப்பா என்னுள் மட்டுமே சாப்பிடுகிறார், அண்ணனுக்கும் சகோதரிக்கும் பழங்கள் பிடிக்காது, எனவே 3 ஆப்பிள்களை எடுத்துக் கொள்ளுங்கள். ஆனால் பாப்பா எனக்காக இரண்டு மூன்று கிலோ பழங்கள் கொண்டு வருவார். முதலில் என்னை அழைத்து பிறகு அழைக்கவும். இதை எப்போதும் செய்வது வழக்கம்.

நான் மிகவும் நேசிக்கப்பட்டேன், மதிக்கப்பட்டேன் என்று சொல்-லவில்லை. அவர் தனது மூன்று குழந்தைகளை நேசித்தார். நான் வீட்டில் இளையவன், என் அக்கா என்னை விட மூத்தவள், என் அக்காவை விட என் தம்பி மூத்தவள். பாப்பா எனக்காக ஏதா-

வது கொண்டு வரும் நாளுக்காக நான் இன்னும் காத்திருக்கிறேன். அந்தக் குரலைக் கேட்க என் காதுகள் ஏங்குகின்றன. ஆனால் எது போனாலும் அது திரும்ப வராது என்று கூறப்படுகிறது. நீங்கள் அனைவரும் உங்கள் தாய் தந்தையை கவனித்துக் கொள்ளுமாறு கேட்டுக்கொள்கிறோம்.உலகில் ஒரே ஒரு கடவுள் மட்டுமே இருக்கிறார், அது அம்மா அப்பா.

நான் சிறுவயதில் மிகவும் குறும்புக்காரனாக இருந்தேன். சிறுவயதில் இருந்தே புத்தகங்கள் எழுதும் ஆர்வம் இருந்தது. நான் மூன்றாம் வகுப்பு படிக்கும் போது. அன்றிலிருந்து நான் புத்தகம் எழுதுவதும், என் நண்பர் இருவரும் புத்தகம் எழுதி அனைவருக்கும் காண்பிப்பதும், என் புத்தகம் உங்களுக்குப் பிடித்திருந்தால் கையெழுத்துப் போடுங்கள் என்று சொல்வதும் வழக்கம். யாருடைய விஷயத்திலும் நான் தங்குவதில்லை என்பது எனக்குள் ஒரு சிறப்பு அம்சம். யார் என்ன செய்கிறார்கள், என்னை செய்யட்டும், எனக்கு கவலையில்லை. நான் என் மீது மட்டுமே கவனம் செலுத்த விரும்புகிறேன்.

ஏனென்றால், தாங்களாகவே ஒன்றைச் செய்ய விரும்பாதவர்களும், பிறரைச் செய்ய அனுமதிக்காதவர்களும் உலகில் இருக்கிறார்கள். ஒரு விஷயத்தை மனதில் வையுங்கள், நீங்கள் ஏதேனும் புதிய வேலையைச் செய்தால், மக்கள் உங்களை எப்போதும் கேலி செய்வார்கள். இதை செய்யாதே, அதை செய்யாதே, இது உங்கள் விஷயம் அல்ல, உங்களால் முடியாது. மக்கள் ஏன் இவ்வளவு பரிந்துரைக்கிறார்கள் என்று எனக்குப் புரியவில்லை. எதைச் செய்ய விரும்புகிறோமோ, அதை அங்கேயே செய்வோம். அதையே பிறர் தூண்டுதலால் செய்பவர்கள் ஏராளம், ஆனால் நான் சொல்கிறேன் நீ என்ன செய்ய வேண்டுமோ அதைச் செய், யாருடைய விருப்பத்திலும் பள்ளத்தில் குதிக்காதே.

உங்கள் வாழ்க்கை உங்கள் கையில் உள்ளது, மற்றவர்கள் கையில் இல்லை. என் தந்தையின் நிறைவேறாத கனவை, பெயர் பெற்று நிறைவேற்ற வேண்டும் என்ற ஒரே ஒரு கனவு.

1

(செயற்கை கதை)
கேஜிஎஃப் அத்தியாயம்
3

───────ஓஉ───────

(செயற்கை கதை) கேஜிஎஃப் அத்தியாயம் 3

ஏழைகளின் தூதரான ராக்கி இப்போது திரும்பி வருவாரா? மீண்டும் உருவாகுமா கேஜிஎஃப் அங்கு தேவாரும் ஜல்வாவும் ராமிகா சென்னை அங்கே உடைக்க முடியும். நம் கடவுள் இவ்வுலகை விட்டுச் சென்றுவிட்டார் என்று அனைவரும் உணர்ந்தனர். ஷெட்டியின் சவால் மற்றும் இனயத் கலீலின் வலையில் இருந்து ரமிகா சென் எப்படி வெளிவருவார். விவேக் குமார் பாண்டே எழுதிய கற்பனைக் கதை இது.

எனவே நீங்கள் அனைவரும் கேஜிஎஃப் அத்தியாயம் 2 ஐப் பார்த்துவிட்டீர்கள் மற்றும் கேஜிஎஃப் அத்தியாயம் 3 க்காக ஆவலுடன் காத்திருக்கிறீர்கள். இந்த திரைக்கதையை மத்திய வாரிய திரைப்பட சான்றிதழிடம் சமர்ப்பிக்க உள்ளேன். கடைசி வரை படியுங்கள், கதையை ரசியுங்கள். உண்மை சம்பவங்களை மையமாக வைத்து எடுக்கப்பட்ட படம் கேஜிஎஃப்.

குறிப்பு: இந்நூலை எழுதும் போது எந்த மதமோ, ஜாதியோ அல்லது குடும்ப உறுப்பினர்களோ பாதிக்கப்படவில்லை. நாங்கள் யாரையும் புண்படுத்த விரும்ப

வில்லை. அதை நீங்களே எடுத்துக் கொள்ளாதீர்கள். எந்த வரலாற்றையும் கலாச்-சாரத்தையும் நாங்கள் சிதைக்க விரும்பவில்லை. விவேக் குமார் பாண்டே எழுதிய கற்பனைக் கதை இது.

1. விவேக் குமார் பாண்டே (ஆசிரியர் எஸ் ஐபிஎஸ் அதிகாரி)
2. ராஜா கிருஷ்ணப்ப பெரியா (ராக்கி பாய்)
3. சாந்தம்மா (ராக்கியின் தாய்)
4. ரமிகா சென் (பிரதமர்)
5. குரு பாண்டியன் (டி.வை.எஸ்.எஸ் கட்சி)
6. ஆனந்த் இங்லாகி
7. விஜயேந்திர இங்கலகி (ஆனந்த் இங்கலகியின் மகன்)
8. தீபா ஹெட்ஜ் (24 நியூஸ் சேனலின் ஆசிரியர்)
9. ஸ்ரீனிவாஸ் (நியூஸ் சேனல் ஹானர்)
10. ஷெட்டி (கடத்தல்காரர்)
11. இனாயத் கலீல் (துபாய் முடிந்தது)
12. கன்னேகண்டி ராகவன் (சிபிஐ அதிகாரி)
13. கலீல் ஜிப்ரான் (பாகிஸ்தான் கடத்தல்காரர்)
14. பாத்திமா (ஃபார்மானின் தாய்)
15. காசிம் (ராக்கியின் மாமா மற்றும் ராக்கியின் நம்பிக்கை)

கதை தொடங்குகிறது:-

ராக்கியின் மரணத்திற்குப் பிறகு, எங்கள் நம்பிக்கையின் கதிர் இனி இல்லை என்று அனைவரும் உணர்ந்தனர். அங்கு ஆனந்த் இங்கலகி இறுதி மூச்சு விட்டுக் கொண்டிருந்தார். செவிலியர் அவர் அருகில் சென்று அவரது மகனை உள்ளே அழைக்கிறார். விஜயேந்திர இங்லாகி வருகிறார்.

நர்ஸ்: உன் அப்பா இப்போது நலமாக இருக்கிறார். பயப்பட ஒன்றுமில்லை.

விஜயேந்திர இங்கலகி: (மகிழ்ச்சியான வார்த்தைகள்) உண்மையில் என் தந்தை இப்போது நலமாக இருக்கிறார். அவர் இப்போது என்னிடம் பேச முடி-யுமா?

நர்ஸ்: ஆமாம், நான் அதை பற்றி உன்னிடம் பேசலாம்.

விஜயேந்திர இங்கலகி: மிக்க நன்றி.

(அப்போதுதான் டாக்டர் வருகிறார்)

நர்ஸ்: நன்றி சொல்லணும்னா டாக்டர் ஐயரிடம் செய்.

விஜயேந்திர இங்கலகி: என் தந்தையின் உயிரைக் காப்பாற்றியதற்கு மிக்க நன்றி டாக்டர்.

டாக்டர் ஐயர்: அது என் கடமை. சரி, உணவு உண்டபின் சரியான நேரத்தில் அவர்களுக்கு மருந்துகளை ஊட்டுவோம். அவர்கள் இப்போது ஏதாவது சாப்பிட்-டார்களா இல்லையா?

விஜயேந்திர இங்லாகி: இல்லை. நான் போய் கேண்டினில் இருந்து சாப்பாடு கொண்டு வருகிறேன்.

டாக்டர் ஐயர்: ஆமாம். (டாக்டர் செவிலியரிடம் கூறுகிறார்) செவிலியர் அவரது வாயிலிருந்து ஆக்ஸிஜன் குழாயை அகற்றுகிறார்.

நர்ஸ்: சரி டாக்டர்.

(நர்ஸ் ஆக்சிஜன் பைப்பை கழற்றுகிறார். டாக்டரும் நர்ஸும் கிளம்புகிறார்கள். விஜயேந்திர இங்கலகி தன் தந்தைக்கு கேண்டினில் இருந்து உணவு கொண்டு வருகிறார். தந்தைக்கு உணவளித்து மருந்து கொடுக்கிறார். இப்போது அவனது தந்தை படுக்கையில் முதுகைத் தாங்கி அமர்ந்திருக்கிறார். இருந்தார்கள்.)

ஆனந்த் இங்கலாகி: மகனே, என் மீது உனக்கு எவ்வளவு அக்கறை?

விஜயேந்திர இங்கலாகி: என் குழந்தைப் பருவத்தில் நீங்கள் என்னை எப்படிக் கவனித்துக் கொண்டீர்களோ, அப்படியே நானும் உங்களைக் கவனித்துக்கொள்கி-றேன்.

ஆனந்த் இங்லாகி: நல்லது. யாராவது எனக்கு ஆதரவாக இருங்கள். இல்-லையென்றால் நினைத்திருப்பேன். இந்த உலகில் என்னைக் கவனித்துக் கொள்ள யாரும் இல்லை.

விஜயேந்திர இங்கலகி: இந்த உலகில் உனக்காக நான் இருக்கிறேன் என்று சொல்லாதே.

ஆனந்த் இங்லாகி: என்னிடம் வா மகனே.

விஜயேந்திர இங்கலகி: அப்பாவிடம் நான் ஒன்று சொல்ல விரும்புகிறேன். அந்த எடிட்டர் தீபா உங்களை சந்திக்க வந்திருந்தார். ஆனால் நீங்கள் மயக்கத்-தில் இருக்கிறீர்கள். உன் அப்பா இன்று முழுக்கதையையும் என்னிடம் சொல்லப் போகிறார் என்று சொல்லிக்கொண்டிருந்தாள்.

ஆனந்த் இங்லாகி: ஆம், நான் அவரிடம் சொன்னேன். இன்று நான் அந்த கதையை முடிக்கிறேன் ஆனால் அவர்களிடம் கதை சொல்ல முடியவில்லை, கதை முழுமையடையாமல் இருந்தது. அவர்களை மீண்டும் அழைக்கவும், நான் இன்று அந்தக் கதையை முடிக்கிறேன்.

விஜயேந்திர இங்கலகி: இல்லை அப்பா, இப்போது கதை சொல்ல வேண்டிய அவசியமில்லை.

ஆனந்த் இங்கலகி: ஏன் மகனே ஆனால் நான் தீபா ஜியிடம் அந்தக் கதையை முழுமையடையாமல் சொன்னேன், எப்படியும் அந்தக் கதையை முடிக்க வேண்டும்.

விஜயேந்திர இங்கலகி: அப்பா, நான் அவருக்கு முழு கதையையும் சொன்-னேன்.

ஆனந்த் இங்கலாகி: ஆனால் இந்தக் கதை உங்களுக்கு எப்படித் தெரியும், அந்தக் காகிதத்தை எங்கிருந்து பெற்றீர்கள்?

விஜயேந்திர இங்கலகி: அப்பா, நான் உங்களை உங்கள் நூலகத்தில் சரிபார்த்-தேன், அந்தக் கடைசித் தாளில் எங்களைச் சந்தித்த பிறகு தீபா ஜியிடம் முழு கதையையும் சொன்னேன்.

ஆனந்த் இங்கலகி: கதையின் தொடக்க வார்த்தைகளைச் சொல்லுவீர்களா.

விஜயேந்திர இங்கலகி: கருடன் கொல்லப்பட்ட பிறகு என்ன நடந்தது என்பதே கதையின் தொடக்க வார்த்தைகள்.

ஆனந்த் இங்லாகி: ஆம். சரி .

விஜயேந்திர இங்கலகி: அப்பா, நான் உங்களிடம் சில கேள்விகளைக் கேட்க விரும்புகிறேன்.

ஆனந்த் இங்லாகி: ஆமாம் மகனே, ஒரு கேள்வி கேள்.

விஜயேந்திரா இங்லகி: முதலில் நீங்கள் கதையை மீண்டும் எனக்கு விரிவாக விளக்குங்கள். எனக்கு முழுக்கதையும் தெரியும் என்றாலும் இப்போது உங்கள் வாயிலிருந்து கேட்க விரும்புகிறேன். உங்களின் இந்தப் புத்தகத்தில் எனக்கும் முன்பு நம்பிக்கை இல்லை.

ஆனந்த் இங்கலகி: சரி, நான் உங்களுக்கு கதை சொல்கிறேன்.

விஜயேந்திர இங்கலகி: அப்பா, ஆனால் நீங்கள் மரணத்தின் வாயிலிருந்து வெளியே வந்தீர்களா என்பதை நீங்கள் பேசுவீர்கள். நாளை கதை சொல்கிறேன், இப்போது ஓய்வெடுங்கள்.

ஆனந்த் இங்லாகி: மகனே, நான் நன்றாக இருக்கிறேன். உடனே கவலைப்படாதே எனக்கு எதுவும் ஆகாது. இன்றோ நாளையோ எல்லாரும் ஒரு நாள் போக வேண்டும் இவ்வளவு கவலை வேண்டாம். நான் உங்களுக்கு கதை சொல்கிறேன், கவனமாகக் கேளுங்கள்.

விஜயேந்திர இங்கலகி: 1. இங்கிருந்து கதை தொடங்குகிறது

முதலாவது 1981 ஆம் ஆண்டு ராஷ்டிரபதி பவனுடன் காணப்பட்டது மற்றும் அமைச்சரவையின் முக்கியமான கூட்டத்தில் அப்போதைய பிரதமர் ரமிகா சென் தோன்றினார். அவள் சொல்கிறாள், 'நான் பேய்களைப் பற்றி கேள்விப்பட்டிருக்-கிறேன். முதல் முறையாக ஒரு அரக்கனைப் பார்த்தேன். அதைப் பற்றி யாரும் எழுதவோ படிக்கவோ கூடாது. வரலாற்றின் பக்கங்களில் அவரைப் பற்றிய எந்த தடயமும் இருக்கக்கூடாது.

ராணுவத்தை அனுப்பி, நாட்டின் மிகப்பெரிய குற்றவாளியின் மரண உத்தரவில் கையெழுத்திடுகிறேன். இரண்டாவது காட்சி 2018 ஆம் ஆண்டு, அதில் பெங்க-

ளுரைச் சேர்ந்த டிவி சேனலின் தலைமை ஆசிரியர் தீபா ஹெக்டே ஒரு புத்த-கத்தால் கோபமடைந்தார். அந்த புத்தகத்தை அரசு தடை செய்ததாகவும், அதன் பிரதிகள் அனைத்தும் எரிக்கப்பட்டதாகவும் கூறப்படுகிறது. மூத்த பத்திரிக்கையா-ளர் ஆனந்த் இங்கால்கி எழுதிய இந்தப் புத்தகத்தின் நகல் எப்படியோ டிவி சேன-லின் அலுவலகத்தில் டெலிவரி செய்யப்படுகிறது.

இதற்குப் பிறகு, எல் டொராடோ என்ற பெயர் தோன்றுகிறது, அதாவது, தங்-கம் மற்றும் சக்திசிலாவின் இழந்த இராச்சியம், அதே போல் ஒரு நபரின் படம் கல்லில் மக்களால் செய்யப்பட்டது, இங்கிருந்து KGF அத்தியாயம் 1 அதாவது கோலார் தங்கச் சுரங்கம் தொடங்குகிறது.

2. பிறகு கோலார் தங்கச் சுரங்கம் கண்டுபிடிக்கப்பட்டது

கதையின் முதல் பக்கம் 1951 லிருந்து. அப்போது கே.ஜி.எஃப் நகரில் இருந்து சுமார் 18 கி.மீ தொலைவில் உள்ள கிணற்றை தோண்டியபோது விசித்திரமான கல் ஒன்று கிடைத்துள்ளது. அரசு அதிகாரிகள் சூர்யவர்தனுடன் கல்லை விசாரிக்-கின்றனர். விசாரணையில், அந்த கல்லில் தங்கத்தின் தடயங்கள் இருப்பது கண்-டுபிடிக்கப்பட்டவுடன், சூர்யவர்தன் அனைத்து அதிகாரிகளையும் கொன்றார்.

உண்மையில், அந்த இரவில் இரண்டு பெரிய நிகழ்வுகள் நடக்கின்றன. முதல் சூர்யவர்தனுக்கு ஒரு தங்கச் சுரங்கம் கிடைக்கிறது, இரண்டாவதாக ஒரு குழந்தை பிறந்தது. சூர்யவர்தன் தங்கச் சுரங்கத்தை சுண்ணாம்பு சுரங்கம் என்ற பெயரில் 99 ஆண்டுகள் குத்தகைக்கு எடுத்து தங்கத்தின் ரகசியத்தை மறைக்க, தூரத்தில் இருந்து ஆட்களை வலுக்கட்டாயமாக வரவழைத்து சுரங்கம் தோண்டத் தொடங்-கினார்.

இதற்கிடையில், தங்கச் சுரங்கத்தின் இரவில் பிறந்த குழந்தையின் தாயைப் பற்றிய குறிப்பு உள்ளது. அந்தப் பெண்ணுக்கு 14 வயதில் திருமணம் நடக்கிறது. 15 வயதில் தாயாகி 25 வயதில் இறந்து விடுகிறார்.

'கடைசி வார்த்தையை' தன் மகனிடம் சொத்து வடிவில் விட்டுவிடுகிறாள். அவர் கூறுகிறார், 'பணம் இல்லாமல் நிம்மதியாக வாழ முடியாது என்று உலகில் உள்ள அனைவரும் கூறுகிறார்கள், ஆனால் பணம் இல்லாமல் நிம்மதியாக இறக்க முடியாது என்று யாரும் கூறவில்லை. எனக்கு ஒரு சத்தியம் செய்... நீ எப்படி வாழ்வாய் என்று எனக்குத் தெரியாது, ஆனால் மரணம் வரும்போது, நீ உலகின் மிக சக்திவாய்ந்த மற்றும் பணக்காரனாக இறப்பாய்.' இதற்குப் பிறகு அந்தச் சிறுவன் தன் இலக்கைத் தேடி பம்பாய் சென்றடைகிறான்.

3. பம்பாயில் யாஷின் நுழைவு அப்படித்தான்

பாம்பேயை அடைந்த பிறகு, ராக்கி பூட் பாலிஷர்களுடன் இணைகிறார். அவரது கனவைத் தொடங்க, அவர் இன்ஸ்பெக்டரின் தலையில் ஒரு பாட்டிலை உடைக்கிறார். முதலில் அவர் ஓடிவிட்டார், ஆனால் பின்னர் போலீஸ்காரருக்கு

அவரைக் கொன்றது யார் என்று தெரியவில்லை என்று கூறுகிறார். இதை அவர் அறிந்திருக்க வேண்டும். போலீஸ் ராக்கியைப் பிடிக்கும்போது, டான் தன் சக்தியைக் காட்டி அவனை விடுவிக்கிறார்.

எங்கே போனாய் என்று டான் கேட்கிறான். அந்த காவலரை ஏன் கொன்றாய்? ராக்கி பதிலளித்தார், 'பெயர் சம்பாதிக்க சென்றேன். யாரேனும் கொன்று விட்டால் போலீஸ் கண்டு பிடிக்கும். நீங்கள் போலீஸ்காரரைக் கொன்றால், அவர் உங்களைப் போன்ற டான்களைக் கண்டுபிடிப்பார். இதில் டான் உங்களுக்கு என்ன வேண்டும் என்று கேட்கிறார். விடை கிடைத்தது... உலகம்... இங்கிருந்து தான் ராக்கியின் படிகள் புதிய பாதையில் விழுகின்றன.

4. இப்போது சூர்யவர்தன் மற்றும் கேஜிள கதை.

கதை 1978ல் செல்கிறது. ஈரானும் ஆப்கானிஸ்தானும் அமெரிக்காவிற்கும் சோவியத் யூனியனுக்கும் இடையே பிளவை ஏற்படுத்தியது. எல்லாப் பொருட்களோடும் தங்கத்தின் விலையும் உயரும், ஆனால் சூர்யவர்தன் தன் அந்தஸ்தை எளிதாய் எட்டிப் பிடிக்க முடியாத அளவுக்கு உயர்ந்துவிட்டான். கேஜிள இன் தனது சாம்ராஜ்யத்தைப் பாதுகாக்க ஐந்து பங்காளிகளை அவர் உருவாக்கினார்.

தங்கத்தை உருக்கி விற்கும் பொறுப்பு கொடுக்கப்பட்டவர்கள். சூர்யவர்தன் தேசிய அரசியலில் காலடி எடுத்து வைத்து தனது அதிகாரத்தை மேலும் அதிகரித்தார். மேலும், அவரது சகோதரர் அதீரா மற்றும் மகன் கருடா ஆகியோரின் உதவியுடன், கேஜிஎஃப் மிகவும் பாதுகாப்பாக இருந்தது.

ஆனால் ஒரு நாள் சூர்யவர்தனுக்கு மாரடைப்பு ஏற்படுகிறது. அவர் இறக்கும் தருவாயில் இருக்கும்போது, தனக்காக வேலை செய்யும் ஒவ்வொரு நபரின் நோக்கங்களும் கெட்டுப்போகின்றன, மேலும் கேஜிள இல் முதல் முறையாக கிளர்ச்சியின் மேகங்கள் சூழத் தொடங்குகின்றன. அத்தகைய சூழ்நிலையில், சூர்யவர்தன் கேஜிள இன் அதிகாரத்தை சகோதரர் அதீராவுக்கு பதிலாக மகன் கருடாவிடம் ஒப்படைக்கிறார். கருடன் உயிருடன் இருக்கும் வரை இந்த சிம்மாசனத்தைப் பற்றி நினைக்கவே மாட்டான் என்கிறார் ஆதிரா.

மறுபுறம், சூர்யவர்தனின் உடல்நிலை மோசமடைந்ததைத் தொடர்ந்து தங்கத்தின் விலையை உயர்த்த முயற்சிக்கும் இனயத் கலீல், பம்பாயில் நுழைந்து பம்பாய் டான் ஷெட்டியின் போட்டியாளரான திலாவருடன் கைகோர்க்க இது சரியான நேரம் என்று கருதுகிறார். முதன்முறையாக இனயத் கலீலின் தங்கம் பம்பாய் துறைமுகத்தை அடையும் போது ராக்கி நுழைகிறார்.

5. இப்போது ராக்கியின் களமிறங்குகிறது

காட்சியின் தொடக்கத்தில், ராக்கி ஒரு கட்டிடத்தில் ரத்த வெள்ளத்தில் சங்கிலியால் கட்டப்பட்டிருப்பதைக் காணலாம். ராக்கியைக் கொல்லத் தயாராகும் குண்டர்களால் அவர் எல்லாப் பக்கங்களிலிருந்தும் சூழப்பட்டுள்ளார். திடீரென்று ராக்கி

கண்களைத் திறக்கிறார். இதைப் பார்த்து, ஒவ்வொரு குண்டர்களும் பயப்படுகிறார்-கள். ராக்கி கூறுகையில், 'எனது ரத்தமும் சிவப்பு. சிறுவயதில் பம்பாய்க்கு வந்-தார். நேரடியாக உலைக்குள் வீசப்பட்டது. இங்கே தெருக்களில், இரண்டு வேளை ரொட்டி கேட்டால், அவர் கொல்லப்பட்டார். படுக்க இடம் கேட்டபோது அடித்து உதைத்தார்.

ஆனால் உலையில் விழுந்தது இரும்பு என்பது பாம்பேக்குத் தெரியாது. உருகி அவனை அடித்து குத்துவாள் செய்து கொண்டிருந்தால். மேலும் குத்துவாள் மட்-டும் கடிக்கும்.' ராக்கியின் அடிக்கும் பாணியைக் கண்டு குண்டர்கள் ஓட, இனியத் கலீலின் பம்பாயில் நுழையும் கனவு மீண்டும் ஒருமுறை தகர்க்கப்படுகிறது.

6. ராக்கி ஷெட்டியால் அச்சுறுத்தப்பட்டதாக உணர்கிறார்

ராக்கியின் சாகசங்களால், அவரது பெயர் எங்கும் பரவுகிறது. இது பாம்பே-யைச் சேர்ந்த டான் ஷெட்டியை அச்சுறுத்துவதாக உணர்கிறார். ராக்கியால் மக்-கள் அவரைப் பற்றி பயப்படுகிறார்கள் என்று அவரது தோழர்கள் கூறுகிறார்கள். ராக்கியின் பெயர் பம்பாய் முழுக்க மட்டுமின்றி மேற்குக் கடற்கரையிலும் ஒலித்துக் கொண்டிருக்கிறது. ராக்கியைத் தவிர அனைவரும் ஷெட்டிக்கு வணக்கம் செலுத்-துகிறார்கள்.

ராக்கி உங்கள் நாற்காலியை மிகவும் நேசிக்கிறார். நாற்காலி உங்களுடையது என்று நீங்கள் நினைத்தால், அது உங்கள் தவறான புரிதல். இது குறித்து ஷெட்டி கூறுகையில், பட்டுப்புழுக்கள் பட்டு தயாராகும் வரை மட்டுமே உயிர் வாழும்.

அதன் பிறகு, அவற்றை சூடான நீரில் வைக்கவும். இந்த பம்பாயில், அபூனின் முகவரியில் பின்கோடு இல்லாவிட்டாலும், இடுகை வருகிறது. ஏன் தெரியுமா? அபூனின் பெயர் மிகவும் பிரபலமானது. அத்தகைய சூழ்நிலையில், ஷெட்டியின் குண்டர்கள் ராக்கியை கேலி செய்யும் போது, ஆண்ட்ரூஸ் உள்ளே நுழைகிறார்.

பெங்களூரில் எனக்கு ஒரு வேலை இருக்கிறது என்று ராக்கியிடம் கூறுகிறார். அப்படிச் செய்தால், பம்பாய் முழுவதும் உங்களுடையது. இதைக் கேட்டதும், ஷெட்டியின் காலடியில் தரை நழுவியது. முகவரியால் மட்டும் இடுகை வருவ-தில்லை, அடையாளத்தால் வருகிறது என்கிறார் ராக்கி. மேலும் இந்த அடை-யாளத்திற்கு அஞ்சல் குறியீடு முத்திரை கூட தேவையில்லை. 10-12 பேரைக் கொன்று நான் டான் ஆகவில்லை என்று ராக்கி கூறுகிறார். நான் கொன்றவர்கள் அனைவரும் தாதாக்கள்.

7. பெங்களூரில் ராக்கியின் காதல் மலர்ந்தது

ஆண்ட்ரூஸின் அழைப்பின் பேரில் ராக்கி பெங்களூரை அடைகிறான். அங்கு ராஜேந்திர தேசாய் மகள் ரீனா சாலையை மறித்து பார்ட்டியில் ஈடுபட்டுள்ளார். அவளைப் பார்த்ததும் ராக்கி திகைக்கிறார். ராக்கி அவளிடம் ஐ லவ் யூ சொல்-கிறாள், இது ரீனாவை கோபப்படுத்துகிறது. அவள் அவனுடைய குண்டர்களை

ராக்கியை அடிக்கச் சொல்கிறாள், ராக்கி அவர்களை அடித்துக் கொன்றான்.

இதற்குப் பிறகு, ராக்கியும் ரீனாவும் இன்னும் இரண்டு சந்திப்புகளை நடத்து-கிறார்கள், அதில் ராக்கி கூறுகிறார், 'தூண்டலில் விரல் வைப்பவர்கள் அனைவ-ரும் சுடுபவர்கள் அல்ல. ஒரு பெண்ணின் மீது கை வைப்பவர்கள் அனைவரும் ஆண்களாக இருப்பதில்லை. மேலும் அபூனின் நிலையை அபூனை நேசிப்பவர்-களைத் தவிர வேறு யாராலும் புரிந்து கொள்ள முடியாது.'

8. பிறகு கருடனை கொல்ல திட்டம் தீட்டப்படுகிறது

சூர்யவர்தன் நோய்வாய்ப்பட்டதிலிருந்து, அவரது கூட்டாளிகள் கேஜிஎஃப் மீது கவனம் செலுத்தினர். அத்தகைய சூழ்நிலையில், அவர் தனது மகன் கருடனைக் கொல்லத் திட்டமிடுகிறார், இதற்காக ராக்கி தேர்ந்தெடுக்கப்படுகிறார். முதலில் பெங்களூரில் உள்ள டி.வை.எஸ்.எஸ் பாட்டில் கட்சி அலுவலகத்தில் கருடனை கொல்ல திட்டம் தீட்டப்பட்டது, ஆனால் ராக்கியால் அங்கு கருடனை கொல்ல முடியவில்லை.

அத்தகைய சூழ்நிலையில், அவர் கேஜிள க்கு சென்று கருடனை கொல்ல திட்டம் போடுகிறார். இதைக் கேட்ட ராக்கியின் எதிரிகள் தாங்களாகவே மாறு-கிறார்கள். ராக்கி செல்லும் இடத்திலிருந்து யாரும் திரும்பவில்லை என்கிறார்கள். அத்தகைய சூழ்நிலையில், காசிம் கூறுகிறார், 'ராக்கி என்றால் நெருப்பு, எதிரி பெட்ரோல். எதிரிகள் நடமாடும் அளவுக்கு தீ பரவும்...'

9. கேஜிள ல் ராக்கியின் என்ட்ரி

கருடனைக் கொல்ல ராக்கி கேஜிள செல்லும் வழியில் புறப்படுகிறார். கரு-டனின் அனைத்து ஆட்களையும் கொன்றுவிட்டு, தொழிலாளர்களை ஏற்றிச் செல்லும் டிரக்கில் கேஜிள -க்கு சென்று கேஜிள -ன் உள்ளே சென்றடைந்தார். கேஜிள இன் வாழ்க்கை முற்றிலும் வேறுபட்டது. அங்கு சென்றவர் உயிருடன் திரும்புவதில்லை. அங்கு விதிகளை மீறுபவர்கள் யாராக இருந்தாலும் அதற்கான விலையை உயிரையே கொடுக்க வேண்டும்.

ராக்கி படிப்படியாக அங்குள்ள மக்களின் கதைகளில் ஒருவராக மாறி, கரு-டனின் அரண்மனையை அடைவதற்கான வழியைத் தேடத் தொடங்கினார். இதற்-கிடையில் ராக்கியின் துணிச்சலைக் கண்டு அங்கிருந்தவர்கள், காலை அழிக்க வந்திருக்கிறாள் என்று நம்புகிறார்கள்.கொஞ்சம் பயம் இருக்கா சார்... அதற்கு ராக்கி, 'கரெக்ட்... பயம் இருக்கணும், மனசுக்குள்ளயும் இருக்கணும். மேலும் அந்த இதயம் அபூனுக்குச் சொந்தமானதாக இருக்கக்கூடாது, முன்னால் இருப்ப-வருக்குச் சொந்தமானதாக இருக்க வேண்டும்.

10. ராக்கி கருடனைக் கொன்றார்

மோசமான உடல்நிலைக்கு மத்தியில், கேஜிஎஃப்-ன் எதிர்காலம் குறித்து சூர்-யவர்தன் கவலை தெரிவித்தார். நான் போன பிறகு ஒரு பெரிய புயல் வரப்போ-

கிறது என்கிறார். இனாயத் கலீல் பல ஆண்டுகளாக காத்திருக்கிறார். உள்ளே நுழைந்தால், அது ஒருபோதும் வெளியேறாது. இது தவிர, ஆட்சிக்கு வந்தவுடன் கேஜிஎஃப் முடிவுக்கு வரும் என்ற அச்சத்தையும் ராமிகா சென் வெளிப்படுத்துகி-றார்.

மறுபுறம், வரைபடத்தில் இருந்து கருடனின் அரண்மனைக்கு வழியைக் கண்-டுபிடிக்க ராக்கி கேஜிஎ இன் பராமரிப்பு அறைக்குச் செல்கிறார். இதற்குப் பிறகு, ராக்கி அனைத்து குண்டர்களையும் கொன்று கோயிலை அடைகிறார், அங்கு கருடன் காளி மாதாவை பலியிட செல்கிறார். அங்கு ராக்கி கருடனைக் கொன்-றார். இதற்குப் பிறகு, மீண்டும் ராக்கியின் குழந்தைப் பருவம் காட்டப்படுகிறது.

இங்கே ஒரு பெண் ராக்கியின் தாயை அடிப்பதைப் பற்றி புகார் செய்ய வரு-கிறார், பின்னர் அவர் ராக்கியின் காதைப் பிடித்துக் கொண்டு, 'ஒரு கும்பலாகக் கொல்லவா? தனியே போ...' கருடன் கொலைக்குப் பிறகு கேஜிஎ அத்தியாயம் 1 முடிவடைகிறது.

விஜயேந்திர இங்லாகி: அடுத்து என்ன நடந்தது?

ஆனந்த் இங்கலாகி: கருடன் ராக்கியால் கொல்லப்பட்டார் என்ற செய்தி கேஜிஎஃப், மும்பை, பெங்களூர், டெல்லி மற்றும் துபாயின் இனாயத் காலிர் வரை சென்றுள்ளது. கே.ஜி.எஃப்-ல் தனது சொந்த வீரர்களுக்கு முன்பாக கருடனைக் கொன்ற பிறகும், ராக்கி அனைவரின் முன்னிலையிலும் பயமின்றி நிற்கிறார், ஏனென்றால் சேனாபதி வன்ராமின் 400 வீரர்கள் 20 ஆயிரம் தொழிலாளர்கள் முன்னிலையில் ராக்கியை காயப்படுத்த முடியாது.

இங்கு பத்திரிக்கையாளர் தீபா ஹெக்டே, எல்ராடோ புத்தகத்தின் ஆசிரியரான ஆனந்த் இங்கல்கியிடம் கேட்கிறார், அதாவது ராக்கி இப்போது கேஜிஎஃப் ஐ எப்படி ஆள்வார்? ராக்கியின் கைகளில் கருடனைக் கொன்ற அதீரா இன்னும் உயிருடன் இருப்பதால், ஆண்ட்ரூ ஷெட்டி, ராஜேந்திர தேசாய் மற்றும் குரு பாண்டியா ஆகியோரும் கேஜிஎஃப் ஐ ஆட்சி செய்ய கனவு காண்கிறார்கள்.

ராக்கி தனது தாயிடம் உலகின் மிகவும் சக்திவாய்ந்த மற்றும் பணக்காரராக மாறுவார் என்று உறுதியளித்தார். எனவே ராக்கி வன்ராம் மற்றும் அவனது இரா-ணுவத்தை கேஜிஎஃப் இல் தங்கி ராக்கிக்காக வேலை செய்ய அல்லது 20,000 தொழிலாளர்களின் கைகளில் கொல்லப்பட வேண்டும் என்று கூறுகிறார். அப்-போது கருடனின் தம்பியான விராடன் வருகிறான். இப்போது ராக்கி தான் கேஜி-எஃப் ராஜா என்றும், இன்று முதல் அனைவரும் ராக்கிக்காக மட்டுமே பணியாற்-றுவோம் என்றும் விராட் கூறியுள்ளார்.

சேனாபதி வானரம் மற்றும் அவரது படையும் ராக்கியை கேஜிஎஃப் ராஜாவா-கக் கருத வேண்டும்.

இப்போது ராக்கி 20 ஆயிரம் தொழிலாளர்களிடம் நீங்கள் பல ஆண்டுகளாக கேஜிஎஃப் இல் வேலை செய்கிறீர்கள், ஆனால் இப்போது நீங்கள் இங்கு அடி-மைகள் இல்லை என்று கூறுகிறார். உங்கள் வேலைக்காக நீங்கள் அனைவருக்கும் தகுதியான அனைத்தையும் கேஜிஎஃப் இல் பெறுவீர்கள். ஆனாலும் யாராவது கேஜிஎஃப் ஐ விட்டுவிட்டு தனது வீட்டிற்கு செல்ல விரும்பினால் அவர் செல்ல-லாம். அவரை யாரும் தடுக்க மாட்டார்கள்.

அப்போது தொழிலாளர்களின் தலைவர் கூறுகையில், கேஜிஎஃப் ல் இருந்து வெளியேறுவோம் என்ற நம்பிக்கையை விட்டுவிட்டோம். இப்போது கேஜிஎஃப் க்கு வெளியே எங்களுக்கு ஒரு வீடு கூட இல்லை. இப்போது கேஜிஎஃப் எங்கள் வீடு மற்றும் ராக்கி இந்த தொழிலாளர்களின் உரிமையாளர்.

இப்போது ராக்கியிடம் 400 வீரர்கள் மட்டுமின்றி 20000 தொழிலாளர்களும் இருந்தனர். ராக்கி உலகின் மிகப்பெரிய மனிதராக மாறிவிட்டார். மறுபுறம் பல வருடங்களாக கருடனை கொல்ல முயன்ற அதீரா இப்போது கருடன் இறந்தவுடன் கேஜிஎஃப் படத்தை கைப்பற்றியுள்ளார். அதனால் அதீரா இப்போது ராக்கியைக் கொல்ல விரும்புகிறாள். ராக்கி ஆண்ட்ரூ ஷெட்டி, ராஜேந்திர தேசாய் மற்றும் குரு பாண்டியா ஆகியோருக்கு ராக்கியிடம் வேலை செய்ய ஒரு வாய்ப்பை வழங்-குகிறார் அல்லது ராக்கி அவர்கள் அனைவரையும் கொன்றுவிடுவார்.

இப்போது ராக்கிக்கு அதிக ரசிகர்கள் இருப்பதால், யாரும் ராக்கியுடன் பகை வாங்க விரும்பவில்லை. அதனால்தான் ஆண்ட்ரூ ஷெட்டி, ராஜேந்திர தேசாய், குரு பாண்டியா ஆகியோரும் ராக்கிக்காக வேலை செய்யத் தொடங்குகிறார்கள். ராக்கிக்கு எதிராக நிற்பவரை ராக்கி கொன்றுவிடுகிறார். ராக்கி கேஜிஎஃப் தங்-கத்தை விற்று சம்பாதித்த பணத்தை ஏழைகளுக்கு விநியோகிக்கத் தொடங்கினார்.

ஒரு நாள் ராக்கி ரீனாவை சந்திக்க பெங்களூர் செல்கிறார் ஆனால் ராக்கி அதை யாரிடமும் சொல்லாமல் ரீனாவை சந்திக்க எந்த பாதுகாப்பும் இல்லா-மல் தனியாக செல்கிறார். ஆனால் ராக்கி ரீனாவை சந்தித்த செய்தி அதீரா-வுக்கு கிடைக்கிறது. அதீராவை தாக்க ராக்கி பெறுகிறார். அந்த தாக்குதலில் ராக்கி கொல்லப்பட்டார். இப்போது கார் வெடிகுண்டு தாக்குதலில் ராக்கி இறந்-ததாக செய்தி தீயாக பரவுகிறது. இந்த செய்தியை கேட்டு மீண்டும் கேஜிஎஃப் படக்குழுவில் பரபரப்பு ஏற்பட்டுள்ளது.

ராக்கி இறந்தவுடன் அதீரா கேஜிஎஃப் -ஐ கைப்பற்றுகிறார். உண்மையில், ராக்கி ரீனாவை பெங்களூரில் தனியாக சந்தித்த செய்தியை விராட் அதீராவிடம் கொடுத்திருந்தார். விராட் எப்போதுமே கேஜிஎஃப் -ல் தங்கி இந்த வாய்ப்புக்காக காத்திருந்தார். ஆனால் அதீரா மற்றும் விராட்டுக்கு ராக்கி ஏற்கனவே தங்கள் திட்டத்தை பற்றி அறிந்திருக்கவில்லை. அதனால் ராக்கி தாக்குதலில் இருந்து உயிர் பிழைக்கவில்லை.

அதீராவும் விராட்டும் ராக்கியின் மரணத்தை KGF இல் கொண்டாடும் போது, ராக்கி அங்கு வருகிறார். ராக்கி உயிருடன் இருப்பதைக் கண்டு இருவரும் ஆச்-சரியப்படுகிறார்கள், அதே நேரத்தில் கேஜிஎஃப் தொழிலாளர்கள் ராக்கியை உயி-ருடன் பார்த்ததில் மகிழ்ச்சி அடைகிறார்கள். விராட் மற்றும் அதீரா கேஜிஎஃப் இலிருந்து தப்பிக்க முயற்சிக்கிறார்கள், ஆனால் ராக்கி விராட்டைப் பிடித்துக் கொன்றார். ஆனால் அதீரா கேஜிஎஃப் லிருந்து ஓடிவிடுகிறார்.

மறுபுறம், ரமிகா சென் பிரதமராகிறார். அவர் ஆட்சிக்கு வந்தவுடன், கேஜி-எஃப் மற்றும் ராக்கிக்கு எதிரான ஆதாரங்களை சேகரிக்கத் தொடங்குகிறார். ஆரம்பத்திலிருந்தே ராக்கியின் எதிரியான கமல், ரீனாவை திருமணம் செய்து கொள்ள விரும்பி, கேஜிஎஃப் மற்றும் ராக்கியின் ரகசியத்தை ராமிகா சென்னிடம் தெரிவிக்கிறார். ராக்கியை தனியாகக் கொல்ல முடியாது என்று அதீராவுக்குத் தெரியும், அதனால் ராக்கியைக் கொல்லத் திட்டம் தீட்ட வேண்டும் என்று அதீரா துபாயைச் சேர்ந்த இனயத் கலீலிடம் கூறுகிறார்.

அதீரா தனது திட்டத்தில் ஆண்ட்ரூ ஷெட்டி மற்றும் குரு பாண்டியாவையும் சேர்த்துக் கொள்கிறார். ஆனால் தனது மகள் ரீனா தேசாய் ராக்கி மீது கொண்ட காதலால் ராக்கியை கொல்ல விரும்பாததால் ராக்கிக்கு எதிராக ராஜேந்திர தேசாய்வை அமைக்க முடியவில்லை.

ஆதிரா முதலில் ரீனாவை கமலின் கைகளில் கடத்திச் செல்கிறார், பின்னர் கமல் ரீனாவைக் கடத்திவிட்டதாகவும் அதற்குப் பதிலாக ராக்கியைத் தனியாகச் சந்திக்க விரும்புவதாகவும் ராக்கியிடம் சொல்லும்படி ராஜேந்திர தேசாய் கேட்கி-றார். அதீரா ராஜேந்திர தேசாய்யையும் கொன்றுவிடுகிறார். இப்போது ரீனாவைக் காப்பாற்ற ராக்கி கேஜிஎஃப்-லிருந்து வெளியேறுகிறார்.

ராக்கி கேஜிஎஃப் ஐ விட்டு வெளியேறியவுடன் இனயத் கலீல் தனது இரா-ணுவத்துடன் கேஜிஎஃப் ஐ அடைகிறார். அவர் கேஜிஎஃப் ஐத் தாக்குகிறார், பின்னர் கேஜிஎஃப் வீரர்களையும் தளபதி வன்ராமையும் கொன்றார். பின்னர் இனயத் கலீல் கேஜிஎஃப் க்கு வெளியே குண்டுகளை வைக்கிறார். ரீனாவைக் காப்பாற்ற ராக்கி கேஜிஎஃப்-லிருந்து வெளியே வரும்போது, அதீரா ராக்கியை வழியில் நிறுத்துகிறார்.

கேஜிஎஃப் தொழிலாளர்களையும், ரீனாவையும் கொல்ல திட்டம் வகுத்துள்-ளோம் என்றும், ஒரு பக்கம் உனது காதலி ரீனா என்றும், மறுபுறம் உன்னை மெசியாவாகக் கருதும் தொழிலாளர்கள், நீ யாரைக் காப்பாற்றப் போகிறாய் என்-றும் ராக்கியிடம் அதீரா கூறுகிறாள்.

அப்போது ரீனாவுடன் கமலும் அங்கு வருகிறார். அப்போது ராக்கி அவர்-களிடம், உங்கள் திட்டம் பற்றி எனக்கு ஏற்கனவே தெரியும், அதனால் நான் ஏற்கனவே கேஜிஎஃப் தொழிலாளர்களை பாதுகாப்பான இடத்திற்கு அழைத்துச்

சென்றேன், பல ஆண்டுகளாக அப்பாவி தொழிலாளர்களை கொன்றதால் வன்ராம் இறக்க நேரிட்டது என்று கூறுகிறார். இப்போது கேஜிஎஃப் க்கு இனயத் கலீல் மட்டுமே இருக்கிறார் என்று தாயும் ராக்கியும் கூறுகிறார்கள். மற்றும் அவரது வீரர்கள்.

ராக்கிக்கு எதிராக ரமிகா சென் மரண வாரண்ட் பிறப்பித்துள்ளார், மேலும் இந்திய ராணுவம் கேஜிஎஃப் மீது தாக்குதல் நடத்தப் போகிறது. ஆனால் தாக்கு- தலின் போது ராக்கியும் கேஜிஎஃப் -ல் இல்லை அல்லது கேஜிஎஃப் பணியாளர்- களும் இல்லை என்பது ரமிகா சென்னுக்குத் தெரியாது. எனவே இந்திய இராணு- வம் இனாயத் கலீலையும் அவனது இராணுவத்தையும் தாக்கி அவர்களை அங்கே கேஜிஎஃப்-ல் கொன்றுவிடுகிறது.

இங்கு ராக்கி மட்டும் அதீராவையும் அவளது ஆட்களையும் எதிர்கொள்- கிறான். ஆண்ட்ரூவும் ஷெட்டியும் ராக்கியைக் கொல்ல அங்கு வருகிறார்கள் ஆனால் ராக்கி அவர்கள் அனைவரையும் ஒவ்வொருவராகக் கொன்றுவிடுகிறார். அப்போது அதீராவுக்கும் ராக்கிக்கும் இடையே சண்டை ஏற்பட்டு அதீராவை ராக்கி கொன்று விடுகிறார். பின்னர் கமலைக் கொன்று ரீனாவை ராக்கி காப்பாற்- றுகிறார். ராக்கி பின்னர் ராமிகா சென்னிடம் சரணடைகிறார் மற்றும் கேஜிஎஃப் அரசாங்கத்தால் கையகப்படுத்தப்படுகிறது மற்றும் கேஜிஎஃப் அரசாங்க சொத்தாக மாறுகிறது.

ராக்கி சரணடைந்த பிறகு, அவர் சிறைக்குச் செல்வதற்கு மக்கள் எதிர்ப்புத் தொடங்கினர். கடைசியில் ராக்கி ஹீரோவா வில்லனா என்று அரசால் முடிவு செய்ய முடியவில்லையா? ரமிகா சைன் ராக்கி கொல்லப்பட்டார். கடைசியாக, ராக்கி அனைத்து தங்கத்தையும் ஏற்றிக்கொண்டு கப்பலில் அமர்ந்திருந்தார், அதே நேரத்தில் ராமிகா சென் இராணுவப் படைக்கு அதை முடிக்க உத்தரவிட்டார். ராக்கி தங்கத்துடன் இறந்தார்.

விஜயேந்திர இங்கலகி: அப்பா ஆனால் ராக்கியை ஏன் கொன்றார், அவர் ஏழைகள் அனைவருக்கும் நல்லது செய்து தனது தாயின் கனவை நிறைவேற்றி- னார். ராக்கி இறந்த பிறகு என்ன நடந்தது? அடுத்த கதையை எழுதி இருக்கீங்- களா, எழுதி இருந்தால் படித்துவிட்டு சொல்லுங்கள்.

ஆனந்த் இங்கலகி: போன விஷயம் மீண்டும் வராது. அதேபோல, இப்போது ராக்கி இறந்துவிட்டதால், அவரால் திரும்பி வர முடியாது. நான் எழுதிய அடுத்த கதையை சொல்லுங்கள், பிறகு சொல்கிறேன்.

(ஆனந்த் இங்கலகி சுயநினைவு பெறுகிறார். தீபா ஹெட்ஜ் செய்தி அறிந்தவு- டன் மருத்துவமனைக்கு விரைகிறார்.)

தீபா ஹெட்ஜ்: ஆனந்த் ஜி, எப்படி இருக்கிறீர்கள்?

ஆனந்த் இங்கலாகி: வாருங்கள் தீபா ஜி நான் நன்றாக இருக்கிறேன்.

தீபா ஹெட்ஜ்: உங்கள் கதை எனக்கு மிகவும் பிடிக்கும். முன்பெல்லாம் இந்தக் கதை பொய் என்று நினைத்தேன் ஆனால் இப்போது அது உண்மையாகத் தெரிகிறது. அதனால்தான் இந்தப் புத்தகத்தை வெளியிட அரசு அனுமதிக்கவில்லை.

ஆனந்த் இங்லாகி: இது எனக்கு எந்த மாற்றத்தையும் ஏற்படுத்தவில்லை.

தீபா ஹெட்ஜ்: ஆனால் ராக்கி இறந்த பிறகு என்ன நடந்தது. ராக்கியை கடவுளாகக் கருதியவர்களுக்கு என்ன நடந்தது?

ஆனந்த் இங்கலாகி: நீ வரும்போது நான் என் மகனுக்கு அடுத்த கதையைச் சொல்ல இருந்தேன். நீங்கள் வந்திருந்தால், இப்போது நீங்களும் கேளுங்கள்.

தீபா ஹெட்ஜ்: ஆனால் நீங்கள் கோமாவில் இருந்து வெளியே வந்ததால் இன்று கதையைச் சொல்லலாம். உன்னால் கேட்க முடியவில்லை என்றால், நான் நாளை வருவேன். நீ கதை சொல்லு.

ஆனந்த் இங்கலகி: இல்லை, நான் இன்று கதை சொல்கிறேன், நான் முற்றிலும் நலமாக இருக்கிறேன்.

தீபா ஹெட்ஜ்: புத்தகமே இல்லாமல் கதை சொல்வீர்கள். எல்டோராடோ அத்தியாயம் 3 எங்கே.

ஆனந்த் இங்கலகி: புத்தகம் இல்லாமல் உங்கள் அனைவருக்கும் கதையைச் சொல்கிறேன். நான் எழுதியது எங்கே போலுங்க.அத்தியாயம் 3 ஆரம்பிக்கிறது ஆனால் அதுக்கு முன்னாடி ஒரு ரகசியம் சொல்லணும்.

அதீரா ராக்கியின் மனைவியை அடித்ததும். பின்னர் ரோகி தனது மனைவியை அங்கேயே விட்டுவிட்டு அதீராவை பழிவாங்க சென்றார். பின்னர் காசிமும் பாத்திமாவும் அவரை மருத்துவமனைக்கு அழைத்துச் சென்றனர். டாக்டர்கள் குதிகால் மீது முழு பலத்தை செலுத்தினர் ஆனால் ரீனாவை காப்பாற்ற முடியவில்லை. ரீனாவின் குழந்தையை மருத்துவர்கள் காப்பாற்றியது எப்படி? பாத்திமாவும் காசிமும் இந்த விஷயத்தை அனைவருக்கும் தெரியாமல் ரகசியமாக வைத்திருந்தனர். யாருக்கும் தெரியாது. ஒரு புதிய ராக்கி பிறந்தார்.

உண்மையை சிறிது காலம் மறைத்து விடலாம் என்று சொல்லப்படுகிறது, இந்த உண்மையும் எல்லோர் முன் வந்து விட்டது. ராக்கி இன்னும் உயிருடன் இருக்கிறார் ஆனால் ராக்கி இல்லை, ராக்கியின் மகன் உயிருடன் இருக்கிறான் என்று எல்லோரும் நினைத்தார்கள்.

விஜயேந்திர இங்கலாகி: ராக்கி இன்னும் உயிருடன் இருக்கிறார் என்று அர்த்தம்.

ஆனந்த் இங்கலாகி: ராக்கி உயிருடன் இல்லை ராக்கியின் மகன் உயிருடன் இருக்கிறான். ஆனால் விஷயம் ஒன்றே. கதையை முன்னோக்கி நகர்த்தவும். பாத்திமாவும் காசிமும் அவளது கவனிப்பைப் பற்றி யாருக்கும் தெரியப்படுத்தவில்லை, ஆனால் இறுதியில் அனைவருக்கும் தெரிந்தது. மறுபுறம், இனயத் கலீல்

மிகுந்த சிந்தனையுடன் மனதில் நினைத்துக் கொண்டிருந்தார்.

இனாயத் கலீல்: மீதி தங்கம் இப்போது என்னிடம் உள்ளது. அதிலிருந்து மீண்-டும் கேஜிஎஃப் தயாரிப்பேன். ஆள நினைத்தவன் இப்போது ஆட்சி செய்தான், இனியத் கலீலின் (அவனுடைய ஆட்களிடம் சொல்கிறான்) கலீல் ஜிப்ரானைக் கூப்பிட்டு புதிய ஆட்சியை இயக்கும்.

(ஆமாம், இனியத் கலீலின் கையில் ஷேக் ஜி போனை வைத்ததாகத் தெரி-கிறது.)

இனாயத் கலீல்: நான் பேசுகிறேன். ராக்கியின் வேலை முடிந்தது. ராக்கி போய் அவனுடன் கேஜிஎஃப் எடுத்தான். அதனால்தான் சொல்கிறேன். நாங்கள் தங்-கத்தை அனுப்பும் ஒவ்வொரு நாட்டிற்கும், அதை மீண்டும் கொண்டாடி, புதிய கேஜிஎஃப் போல் க்யா போல்டா ஹை தயாரிப்போம்.

கலீல் ஜிப்ரான்: நாங்கள் தங்கம் ஆர்டர் செய்து இவ்வளவு பணம் வசூலிக்க-வில்லை என்றால் கேஜிஎஃப் எப்படி இருக்கும்.

இனாயத் கலீல்: நீங்கள் ஆர்டர் செய்யுங்கள், அடுத்த வேலையில் பார்க்கி-றேன். இப்போது குரு பாண்டியன், கன்னேகண்டி ராகவன், ரமிகா சென், ஷெட்டி, காசிம் ஆகியோர் என்னைத் தடுக்க வருவதையும் காண்கிறேன். இப்போது நிறைய நாடகம், உண்மையான க்ளைமாக்ஸ் இன்னும் வரவில்லை. நீங்கள் எல்லா இடங்-களிலிருந்தும் தங்கத்தை திரும்பப் பெறுகிறீர்கள்.

கலீல் ஜிப்ரான்: வேலை முடிந்துவிடும், ஆனால் வேலைக்கு ஈடாக எனக்கு என்ன கிடைக்கும்.

இனாயத் கலீல்: வேலைக்கு ஈடாக நீங்கள் கேஜிஎஃப் ஆட்சியைப் பெறு-வீர்கள். உங்க தங்கம் எத்தனை நாடுகளுக்குப் போயிருக்கிறது என்று முதலில் என்னிடம் கேளுங்கள், எவ்வளவு டர்ன் இருக்குமோ அவ்வளவு விற்றுப் புதிய கேஜிஎஃப் தயாரிப்போம்.

கலீல் ஜிப்ரான்: நான் கேட்டு சொல்கிறேன்.

(ஐந்து நிமிடங்களுக்குப் பிறகு அழைப்பு)

கலீல் ஜிப்ரான்: எல்லா இடங்களிலிருந்தும் தங்கத்தை நான் திரும்பப் பெற்-றேன், ஆனால் நாங்கள் அவர்களுக்கு எங்கிருந்து பணம் கொடுப்போம்.

இனாயத் கலீல்: அவரைப் பற்றி கவலைப்பட வேண்டாம். நான் ஏற்பாடு செய்-கிறேன். எங்களிடம் பணம் கேட்க யார் வந்தாலும் அவருக்கு கடவுள் தரிசனம் கொடுங்கள்.

கலீல் ஜிப்ரான்: ஆனால் மியான், எங்களுக்கு ஒன்றும் புரியவில்லை.

இனாயத் கலீல்: அதாவது கதையின் அத்தியாயம் முடிவு.

கலீல் ஜிப்ரான்: நாங்கள் எப்போதும் அதைச் செய்கிறோம் என்பதை இப்போது நான் புரிந்துகொள்கிறேன்.

(இங்கு ஷெட்டி குரு பாண்டியனையும் கன்னேகண்டி ராகவனையும் தன் வீட்-
டிற்கு அழைத்தார்)

ஷெட்டி: ராக்கி எல்லாவற்றையும் முடித்தார். ராக்கி இல்லை நீங்களும் அந்த
ரமிகா சென் கேஜிஎஃப் முழுவதையும் அழித்தார்கள்.

கன்னேகண்டி ராகவன்: ஏன் என்னை அழைத்தாய் அதே விஷயத்தைச்
சொல்ல, ரொட்டி ஒரு முறை சமைத்த பிறகு, அது மீண்டும் மாவாக மாறாது
என்பதை நினைவில் கொள்ளுங்கள். ராக்கி ஒரு பெரிய கும்பல் என்பதால் நான்
அவரைக் கொன்றேன்.

ஷெட்டி: ஆனால் ராக்கி அழிக்கப்பட வேண்டும், பிறகு ஏன் கேஜிஎஃப் ஐ
அழித்தீர்கள்.

கன்னேகண்டி ராகவன்: எனக்கு எதுவும் தெரியாது, ராக்கியை முடித்துவிட்-
டேன், கேஜிஎஃப் அல்ல, கேஜிஎஃப் ஐ ராமிகா சென் அழித்துவிட்டார், அவர்
பிரதமர் அதனால் அவருக்கு அதிகாரம் உள்ளது.

ஷெட்டி: ஆனால் ராக்கியைக் கொல்ல வேண்டும் என்றால் நடவடிக்கை
எடுத்தீர்கள், பிறகு உங்கள் ஆட்களிடமும் சொல்லி அவருடைய கதையை முடித்-
திருப்பீர்கள், ஆனால் நீங்கள் அதைச் செய்யவில்லை.

உங்களை விட நாங்கள் அதிகம் சம்பாதிக்கிறோம், எங்களை விட நீங்கள்
குறைவாக சம்பாதிக்கிறீர்கள், எனவே உங்கள் பார்வை கேஜிஎஃப் மீது விழுந்தது.

கன்னேகண்டி ராகவன்: பார், அப்படியெல்லாம் இல்லை, நான் என் கடமை-
யைச் செய்து கொண்டிருந்தேன்.

ஷெட்டி: நீங்கள் ஏன் கே.ஜி.எஃப்-ஐ அழித்தீர்கள்?

கன்னேகண்டி ராகவன்: இது என்னுடைய விஷயம் இல்லை, நேராகப் போய்
பிரதமரிடம் ஏன் கேட்கக்கூடாது.

(ஷெட்டி தன் ஆட்களிடம் சொல்கிறார். எல்லா கதவுகளையும் மூடு, இந்த
கன்னேகண்டி ராகவன் போகக்கூடாது.)

கன்னேகண்டி ராகவன்: பார், என்னை விடுங்கள் இல்லையேல் உங்கள் மீதும்
ஃபைல்களை வசூலித்து உங்கள் வாழ்க்கையை நாசமாக்கிக் கொள்ளலாம்.

ஷெட்டி: உங்களுக்கும் தெரியும், எனக்கும் தெரியும். ராக்கி மற்றும் கேஜிஎஃப்
இரண்டுமே அழிந்துவிட்டன. நீங்கள் எவ்வளவு கோப்பு வரி வசூலிக்க வேண்டும்.
முதலில், நீங்கள் கோப்பை எவ்வாறு சார்ஜ் செய்வீர்கள், கோப்பை சார்ஜ் செய்ய
நீங்கள் திரும்பிச் செல்ல வேண்டும், ஆனால் நீங்கள் இங்கிருந்து எப்படி செல்-
வீர்கள். மற்றவர்களின் வாழ்க்கையை அழிப்பதில் நீங்கள் மகிழ்ச்சியடைகிறீர்கள்,
இல்லையா......

(ஷெட்டி துப்பாக்கியை எடுத்து கன்னேகண்டி ராகவனின் நெற்றியில் நேரடி-
யாகச் சுட்டு, அதை எடுக்கும்படியும், எங்கிருந்து வந்ததோ அதை பார்சல் செய்-

யும்படியும், ஆம் நான் அதை பிரதமர் ராமிகா சென்னுக்கு அனுப்பக் கடிதம் எழுதுகிறேன். அந்த ஷெட்டி ரமிகா சென்னை மிரட்டுகிறார் கடிதம்)

(ரமிகா சென் செய்தியைப் பெற்றவுடன், கன்னேகண்டி ராகவனுக்கு அஞ்சலி செலுத்த வந்தார். ராமிகா சென் தனது நம்பிக்கைக்குரிய ஐபிஎஸ் அதிகாரி விவேக் குமார் பாண்டேவை அழைத்தார்)

ராமிகா சென்: கன்னேகண்டி ராகவன் போன்ற நம்பிக்கைக்குரிய அதிகாரி நம்மிடையே இல்லை என்பதை கேள்விப்படுவதற்கு மிகவும் வருத்தமாக இருக்கிறது. சில மும்பை ஷெட்டி எனக்கு ஒரு கடிதம் அனுப்பியுள்ளார். என்று அந்தக் கடிதத்தில் எழுதியிருந்தார். நீங்கள் எங்களைத் தடுக்க முயற்சிக்காதீர்கள், எங்களுக்குள் ஈடுபடாதீர்கள் நான் ராக்கி அல்ல.

புரிந்து கொண்டால் பரவாயில்லை, மேலே சென்று புரிந்து கொள்ளுங்கள். இவ்வாறு அவர் கடிதத்தில் எழுதியுள்ளார். அவர் என்னை மிரட்டினார், ஆனால் நான் பயப்பட வேண்டியவன் அல்ல. அதான் உன்னை கூப்பிட்டேன், நீ இந்த ஷெட்டியை என்னிடம் ஒப்படைத்துவிடு.

விவேக் குமார் பாண்டே (ஐபிஎஸ் அதிகாரி): மேடம் இது ஒரு எளிய டான் அல்ல, ஒட்டுமொத்த மும்பையும் இதைப் பார்த்து பயப்படுகிறது. நாங்கள் அதை ஒரு என்கவுண்டரில் கொல்ல வேண்டும், நீங்கள் சிறிது நேரம் காத்திருங்கள், நான் அதை சந்திப்பேன். எல்லா இடங்களிலும் தங்கம் சப்ளை நிறுத்தப்பட்டதாக கேள்விப்பட்டிருக்கிறேன்.

எங்கு பார்த்தாலும் நகைக்கடைகள் சூறையாடப்படுகின்றன. அனைத்து சோனார்களும் தங்கத்தில் கலப்படம் செய்யப்பட்டவை. நான் ஒரு பொற்கொல்லரைப் பிடித்து அவரிடம் முழு உண்மையையும் சொன்னேன், அவர் தங்கம் எவ்வாறு தயாரிக்கப்படுகிறது என்று என்னிடம் கூறினார்.

ரமிகா சென்: கேஜிஎஃப் பாழாகிவிட்டதால் இப்போது இவர்கள் இந்த தொழிலை தொடங்குவார்கள். இப்போது எப்படி சுரங்கம் செய்வீர்கள் கேஜிஎஃப் ல் சுரங்கம் எப்படி நடந்தது என்பதை கவனமாகக் கேளுங்கள்: ஹைட்ராலிக் முறையில், தங்கத்தின் உள்ளே கலந்த மண்ணின் மீது தண்ணீர் பீரங்கி வீசப்பட்டு, அதன் காரணமாக மண் பிரிக்கப்பட்டு தங்கம் கிடைத்தது.

நமது இந்தியாவின் பழங்கால நூல்களில், மனிதனால் தங்கத்தை உருவாக்குவது பற்றிய குறிப்பு உள்ளது, அதில் நாகார்ஜுனன் பெயர் முக்கியமாக வருகிறது, அவர் பாதரசத்திலிருந்து தங்கம் செய்யும் முறையைக் கண்டுபிடித்தார், மேலும் பாதரசத்திலிருந்து தங்கத்தை உருவாக்கினார். இந்த விஷயங்களை அவர் ராஸ் ரத்னாகர் கிரந்தத்தில் எழுதியிருந்தாலும், இன்று இந்தப் புத்தகம் யாரிடமும் கிடைப்பதில்லை.

* சுரங்கம

இதில், கனமான பாறைகளின் பிளவுகளுக்கு இடையே மற்ற தாதுக்களுடன் கலந்து தங்கம் கிடைப்பதால், தங்கத்தை பிரித்தெடுக்க வெடிகுண்டு வெடிக்கப்படுகிறது. வெடித்த பிறகு அனைத்து தங்கமும் சேகரிக்கப்பட்டு, சுத்திகரிப்பு நோக்கத்திற்காக தங்க ஆலைக்கு லாரிகள் மூலம் அனுப்பப்படுகிறது.

இவை பெரிய தங்கத் துகள்களாகும், இவை ஆற்றில் வரும் நீரில் காணப்படும் மற்றும் பாய்ந்த பிறகு, அவை கூழாங்கற்களுடன் கலக்கின்றன அல்லது மணலுடன் கலக்கின்றன. ஹைட்ராலிக் மைனிங், டிட்ஜிங் மைனிங் அல்லது பவர் சாலிடரிங் ஆகியவை இந்த வகை தங்கச் சுரங்கத்தைச் செய்யப் பயன்படுகின்றன.

* ஹைட்ராலிக் சுரங்கம்

ஹைட்ராலிக் மைனிங் செய்ய பயன்படும் ஹைட்ராலிக் ஜெயண்ட் என்ற இயந்திரம் உள்ளது. இந்த இயந்திரத்தின் மூலம் மிக வேகமாக நீர் ஓட்டம் வெளியேறுகிறது, இது நேரடியாக தங்க தாது மீது செல்கிறது. தங்கத் தாது பின்னர் ஒரு பெட்டியில் கழுவப்படுகிறது.

* அகழ்வாராய்ச்சி சுரங்கம்

இந்த வகை சுரங்கத்தில், ஆற்றில் இருந்து பொருட்களை எடுக்க டிரெட்ஜ் எனப்படும் இயந்திரம் பயன்படுத்தப்படுகிறது, மேலும் பொருள் வெளியே வந்ததும், அதை தண்ணீரில் சுத்தம் செய்து வடிகட்டி வரிசைப்படுத்தப்படுகிறது.

* சக்தி தீர்வு

பவர் சோல்விங் மற்றும் ட்ரட்ஜிங் ஆகிய இரண்டிலும் ஒரே தொழில்நுட்பம் பயன்படுத்தப்படுகிறது என்பதை விளக்குங்கள். இதிலும், மிகப் பெரிய இயந்திரங்கள் பணியில் ஈடுபட்டு, அதில் பெல்ட் உள்ளது. இந்த குழந்தைகள் தரை தளத்தில் இருந்து மணலை வெளியே கொண்டு வர உதவுகிறார்கள்.

*அரைக்கும்

சுரங்க செயல்முறை முடிந்ததும், பெறப்பட்ட தங்கத் துண்டுகள் வடிகட்டப்பட்டு வயலில் கழுவப்பட்டு, பின்னர் அது தங்க ஆலைக்கு அனுப்பப்பட்டு, பதப்படுத்தப்பட்டு அரைக்கப்படுகிறது. அதை அரைக்க ஒரு பந்து மில் பயன்படுத்தப்படுகிறது.

பின்னர்

தரையில் தங்கத்தை எப்படி கண்டுபிடிப்பது.

பூமிக்கு அடியில் தங்கம் இருக்கிறதா இல்லையா என்பதைக் கண்டறியும் ஒரே வழி தரையில் ஊடுருவும் ரேடார் மட்டுமே. புவியியலாளர்கள் இந்த முறையைப் பயன்படுத்துகின்றனர். இந்த ரேடார் பயன்படுத்தப்படும் போது, பூமியில் உள்ள மண்ணின் அடர்த்தி மற்றும் அதன் உள்ளே இருக்கும் காந்த பண்புகள் பற்றிய தகவல்களை புவியியலாளர்களுக்கு வழங்குகிறது.

இப்படித்தான் கே.ஜி.எப்.

விவேக் குமார் பாண்டே: ஜிஎஃப் பற்றி உங்களுக்கும் நன்றாகத் தெரியும். சரி, நானும் மேலே செல்கிறேன், அடுத்த செய்தியை தருகிறேன்.

ரமிகா சென்: சரி நீ போ நான் உன்னை கூப்பிடும்போது உடனே வருவ .

ஆனந்த் இங்லாகி: புதிய கேஜிஎஃப் தயாரிப்பதற்காக ஒவ்வொருவரும் தங்கள் வாழ்க்கையைச் செலுத்தினர்.

தீபா ஹெட்ஜ்: அப்போ ராக்கி இப்போது திரும்பி வரமாட்டாரா? புதிதாக என்ன செய்வது கட்டப்படாது. எல்லாவற்றிற்கும் இறைவன் திரும்பி வரமாட்டாரா?

ஆனந்த் இங்கலாகி: அனைவரும் நம்பிக்கையை கைவிட்டிருந்தனர். எல்லோ-ரும் இதற்காகத்தான் காத்திருந்தார்கள். நம் கடவுள் எப்போது வருவார்? இல்லை, அந்த மக்களை யாரும் மதிப்பதில்லை, அவர்களுக்கு ஒரு வேளை ரொட்டி சாப்-பிட யாரும் கொடுப்பதில்லை.

விஜயேந்திர இங்கலகி: அப்பா, ஏன் இவ்வளவு நேரத்தை வீணடித்தீர்கள்? இந்தப் புத்தகத்தை வெளியிடக் கூட அரசு அனுமதிக்கவில்லை. இப்போது ராக்கி இல்லை, கேஜிஎஃப் இல்லை அப்புறம் அத்தியாயம் 3 எங்கிருந்து வந்தது.

தீபா ஹெட்ஜ்: அந்த மக்களின் வலியை என்னால் புரிந்து கொள்ள முடிகிறது. நீங்கள் கதையைத் தொடருங்கள்.

ஆனந்த் இங்கலாகி: ஒரு நாள் ஷெட்டி ரமிகா சென்னின் வீட்டை அடைந்-தார்.

ஷெட்டி: வணக்கம் மேடம். உங்களுக்கு என்னைத் தெரிந்தால், எனது அறி-முகம் தேவையில்லை. அறிமுகம் நான் உங்களுக்கு முன்பே அனுப்பியிருக்கலாம்.

ரமிகா சென்: கண்ணியமாகப் பேசுங்கள், உங்களுக்கும் உங்கள் மக்களுக்கும் விரைவில் பாடம் புகட்டப் போகிறேன். உங்கள் கையில் துப்பாக்கி இருக்கிறதா, உங்களை ஒரு டான் என்று நினைக்கத் தொடங்குங்கள்

, நீங்கள் என்ன நினைக்கறீர்கள் நீங்கள் மிகப்பெரிய குற்றவாளி, இப்போது உங்கள் முறை.

ஷெட்டி: மேடம் உங்களுக்கு கோபம் வந்துவிட்டது... அச்சச்சோ. என் தவறை மன்னியுங்கள் ஆனால் எங்கள் பாதையில் இருந்து விலகி இருங்கள். ஒன்று, நீங்கள் எங்கள் தொழிலை அழித்துவிட்டீர்கள்.

ரமிகா சென்: ஏன் வந்தாய்

ஷெட்டி: நான் உங்களை எச்சரிக்க வந்துள்ளேன்.

ரமிகா சென்: இன்றுவரை என்னை எச்சரிக்க யாரும் பிறக்கவில்லை. அந்த ராக்கியை அவனுடைய சொந்த வீட்டுக்கு எப்படி அனுப்பினேன் என்று பார்த்தி-ருப்பீர்கள்.

ஷெட்டி: மேடம், நான் உங்களுக்கு ஒன்று சொல்கிறேன். ராக்கியை நீங்கள் கொல்லவில்லை, அவர் தன்னை சரணடைந்தார். மற்றபடி அவரைத் தொடும்

எண்ணம் யாருக்கும் வரவில்லை.

ரமிகா சென்: உங்களுக்கு என்ன வேண்டும்?

ஷெட்டி: நான் உன்னிடம் இருந்து வேண்டுவது அவ்வளவுதான். நீங்கள் எனக்கு ஒரு சிறிய உதவி செய்யுங்கள். மீண்டும் அதே இடத்தில் கேஜிஎஃப் கட்-டுவேன். நீங்கள் இந்தக் காகிதத்தில் கையெழுத்திட்டால் போதும்.

ரமிகா சென்: இல்லை. இப்போது கேஜிஎஃப் ஒருபோதும் தயாரிக்கப்படாது. நான் இருக்கும் போது இல்லை. (கோபமாக)

ஷெட்டி: நீ போன பிறகு. சரி, நீங்கள் கையெழுத்து போடவில்லை என்றால், நான் செல்கிறேன்.

ஆனந்த் இங்கலாகி: ரமிகா சென் 15 ஆண்டுகள் பிரதமராக இருந்து அனைத்தையும் மாற்றினார். போக்கிரித்தனம் முடிந்துவிட்டது போல. ராமிகா சென்னில், இந்தியா முழுவதும், தங்கம், வெள்ளி, வைர முத்துக்கள் கட்டப்-பட்டன.

தங்கம் இருக்காது, வெள்ளி சுரங்கமும் இருக்காது, அதனால் இந்தியா முழு-வதும் தங்கம், வெள்ளி, வைரம், முத்துக்கள் நிறுத்தப்படும் என்று அவள் கூறி-னாள். எஞ்சியதைக் கேள்விப்பட்ட அனைவரும் அதை வைத்திருந்தனர்.

ராக்கியின் மகன் வளர்ந்துவிட்டான். அவனைப் பார்த்ததும் எல்லாரும் அப்ப-டித்தான் சொன்னார்கள். ராக்கி திரும்பி வந்தான்.

விஜயேந்திர இங்கலாகி: ராக்கி உயிருடன் இருக்கிறார் என்று அர்த்தம். மீண்-டும் ஒரு கிறிஸ்தவராக வந்தார். அப்பா, நான் உங்களிடம் ஒன்று கேட்க விரும்-பினேன்.

ஆனந்த் இங்கலகி: ஆமாம் மகனே, கேள்.

விஜயேந்திர இங்கலகி: முதல்ல சொல்லு நீ காலையில மருந்து சாப்பிட்டியா இல்லையா.

ஆனந்த் இங்லாகி: இல்லை மகனே நான் இப்போது நன்றாக இருக்கிறேன். எனக்கு இனி மருந்து தேவையில்லை. மருந்து சாப்பிட்ட பிறகு வாய் கசப்பாகும்.

விஜயேந்திர இங்கலகி: அப்பா, நான் உங்கள் அனைவருடனும் உடன்படுகி-றேன், ஆனால் நீங்கள் ஒரு விஷயத்தைக் கேளுங்கள். மருந்து சாப்பிடுங்கள், நீங்கள் விரைவில் குணமடைவீர்கள்.

ஆனந்த் இங்லாகி: சரி. மருந்து அந்த மேசையில் வைக்கப்பட்டு சிறிது தண்-ணீர் கொடுங்கள்.

விஜயேந்திர இங்கலகி: ஆமாம் அப்பா.

(மருந்து சாப்பிட்ட பிறகு)

தீபா ஹெட்ஜ்: எனக்கு புரியவில்லை. ஏன் நமது இந்திய அரசு உங்கள் புத்-தகத்தை வெளியிட அனுமதிக்கவில்லை. உங்கள் புத்தகத்தை மீண்டும் ஒருமுறை

வெளியிடுமாறு அரசை கேட்டுக்கொள்கிறேன்.

ஆனந்த் இங்லாகி: அந்த புத்தகத்தை வெளியிட அரசு அனுமதிக்காது.

தீபா ஹெட்ஜ்: ஏன்?

ஆனந்த் இங்கலகி: அந்த புத்தகத்தில் உண்மை எழுதப்பட்டுள்ளதால், எவ்வளவு தங்கம் எங்கே என்று அந்த புத்தகத்தில் குறிப்பிட்டுள்ளேன். உண்மை அனைவருக்கும் கசப்பானது என்பது உங்களுக்குத் தெரியும். இந்தப் புத்தகம் வெளியிடப்படுமா என்று அரசு யோசிக்கிறது.

அதனால் நாட்டில் எவ்வளவு தங்கம் உள்ளது, எங்கே உள்ளது என்பது அனைவருக்கும் தெரியும். அதனால்தான் இந்தப் புத்தகத்தை வெளியிட அரசு அனுமதிக்கவில்லை. நாட்டின் இளைஞர்கள் இதில் ஈடுபடுவார்கள் என்று அவர்கள் கருதுகிறார்கள்.

தங்கம் எளிதில் கிடைக்கும் என்று எல்லோரும் நினைக்கும் அளவுக்கு அது அவ்வளவு சுலபம் இல்லை. சுரங்கம் மூலம் தங்கத்தை வெளியே எடுப்பது என்பது அனைவரின் விஷயமல்ல. இந்த வேலை ராக்கிக்கு மட்டுமே தெரியும்.

தீபா ஹெட்ஜ்: ஆனால் உங்கள் புத்தகத்திற்கும் அரசாங்கத்திற்கும் என்ன சம்பந்தம். தங்கம் எங்கே என்று அரசுக்குத் தெரிந்தால் வெளியே போ. உங்கள் புத்தகத்தை வெளியிட அனுமதிக்க மாட்டீர்கள் என்று இது அர்த்தப்படுத்துவதில்லை.

ஆனந்த் இங்லாகி: உங்களுக்குத் தெரியும். இந்தப் புத்தகத்தை நான் வெளியிட்டபோது ஒரு சலசலப்பு ஏற்பட்டது. இதனால் உங்கள் புத்தகம் வெளியிடப்படவில்லை என்று அரசு முடிவு செய்தது.

விஜயேந்திர இங்கலாகி: அப்பா கதையில் நாம் அறியக்கூடாதவை பலமுறை சென்றிருக்கிறோம் என்று நினைக்கிறேன். நீங்கள் கதையைத் தொடருங்கள்.

ஆனந்த் இங்கலகி: நாட்டில் இன்னும் வறுமையின் நிழல் படர்ந்திருந்தது. ரமிகா சென் 15 ஆண்டுகள் பிரதமராக இருந்திருக்கலாம் ஆனால் நாட்டின் வறுமையை அகற்ற முடியவில்லை.

இன்னும், மில்லியன் கணக்கான மக்கள் பசியுடன் படுக்கைக்குச் செல்கிறார்கள். இப்போது ஏழைகள் யாரும் கிறிஸ்தவர்களாக வரமாட்டார்கள் என்று அனைவரும் உணர்ந்தனர். ஒரு நாள்

(ரமிகா சென் அவசரக் கூட்டத்தை அழைத்தார். இதில் அனைத்து அதிகாரிகளும் கலந்து கொண்டனர்.)

ரமிகா சென்: இன்று உங்கள் அனைவரையும் ஒரு சிறப்பான பணிக்காக அழைத்துள்ளேன். அதன் மூலம் நாட்டின் நன்மையும் முன்னேற்றமும் ஏற்படும். அங்கு இருக்கும் அனைத்து குற்றவாளிகளையும் கைதிகளையும் சந்திக்க விரும்புகிறேன். நம் நாடு குண்டர் கும்பலில் இருந்து விடுபட வேண்டும். இந்த வரவிருக்கும் பிரகாசமான எதிர்காலம் கெட்டுப்போவதை நான் விரும்பவில்லை.

விவேக் குமார் பாண்டே: மேடம் எப்படி அவரை இப்படி கொல்ல முடியும். நாட்டில் போக்கிரித்தனம் அதிகரித்துள்ளது என்று நம்புங்கள். ஆனால்

ரமிகா சென்: ஆனால் - ஆனால் ஒன்றுமில்லை, இது எனது உத்தரவு பின்னிஷ் ஹீம். தற்காலத்தில் வழிப்பறி, கற்பழிப்பு திருட்டு படிப்படியாக அதிகரித்து வருவதை நாம் பார்க்கிறோம். இதற்கு நடவடிக்கை எடுக்காவிட்டால் மக்களுக்கு யார் பாடம் புகட்டுவார்கள். அவர்கள் தங்களைப் பற்றி என்ன நினைக்கிறார்கள், நாங்கள் யாரைக் கொன்றோம் என்று அவர்கள் நினைக்கிறார்கள், பின்னர் உலகத்தின் டான் இருக்கிறார். டோங்கிரியில் உள்ள அனைவரையும் வெளியே எடுப்பேன்.

விவேக் குமார் பாண்டே: போக்கிரியை ஒழிக்க வேண்டும் என்றால். எனவே ஒவ்வொரு தெருவிலும், ஒவ்வொரு வட்டாரத்திலும், நாங்கள் எங்கள் குழுவை அனுப்புவோம். யாரேனும் வழிப்பறி செய்வதை நாங்கள் கண்டால், நாங்கள் அவரது அத்தியாயத்தை முடித்து விடுவோம், ஆனால் நீங்கள் எங்களை அனுமதிப்பீர்கள். அப்போதுதான் அவர்களுக்குள் பயம் ஏற்படும்.

ரமிகா சென்: யாரேனும் தவறு செய்திருந்தால் உங்கள் அனைவரையும் அனுமதிக்கிறேன். எனவே அவரை சந்திக்கவும். அவர்களது குடும்ப உறுப்பினர்கள் வழக்குப் பதிவு செய்யச் சென்றால், ஃபைல் சார்ஜ் இருக்கையை எழுதுங்கள். காவல்துறையைக் கொன்றான்.

விவேக் குமார் பாண்டே: சரி மேம்

ராமிகா சென்: நான் விரும்புவது, நமது இந்தியா நாடு முற்போக்கானதாகவும், முன்னேற்றப் பாதையில், மகிழ்ச்சியான நாடாகவும், எனது இந்தியாவாகவும் இருக்க வேண்டும். யாருக்காவது பிரச்சனை என்றால் இப்போதே சொல்லுங்கள்.

எஸ்பி சாஹிப்: மேடம் ஆனால் அப்படிப்பட்ட பகுதிக்கு எங்களால் போக முடியாது..

ராமிகா சென்: எங்கே போக முடியாது? நீங்கள் வெளியேற பயப்படுகிறீர்கள். அந்த இரண்டு பைசா குண்டர்களுக்கு என்ன பயம். ஷெட்டியின் ஆண்கள் அனைவரையும் என்கவுண்டரில் கொல்லுங்கள். இப்போது புதிய KGF எப்படி உருவாகும் என்பதையும் பார்க்கிறேன்.

எஸ்பி சாஹிப்: மன்னிக்கவும், நான் அவர்களுடன் குழப்பமடைய விரும்பவில்லை. நான் ஏற்கனவே எனது குடும்ப உறுப்பினரை இழந்துவிட்டேன். இப்போது எனக்கு வேறு எதுவும் வேண்டாம். நாட்டுக்கு நிறைய சேவை செய்துள்ளார்கள்.

ராமிகா சென்: சரி, அவர் செல்ல விரும்பவில்லை என்றால். எனவே உங்கள் வீட்டிற்குச் செல்லுங்கள், இந்த சீருடையைக் கழற்றுங்கள், சிறிய குண்டர்களைக் கொல்ல பயப்படுபவர்கள் எங்களுக்குத் தேவையில்லை. முதலில் நாடு பிறகு

குடும்பம். உங்களுக்கு இன்னும் பிரச்சனை இருந்தால் சொல்லுங்கள்.

எஸ்பி சாஹிப்: நீங்கள் என்ன செய்தாலும் தவறு செய்தீர்கள்.

ராமிகா சென்: நான் என்ன தவறு செய்தேன்?

எஸ்பி சார்: ராக்கியைக் கொன்றிருக்கக் கூடாது.

ராமிகா சென்: ஏன் கொல்லப்பட்டிருக்கக் கூடாது. அவர் நாட்டின் மிகப்பெரிய குற்றவாளி.

எஸ்பி சஹாப்: கோடிக்கணக்கான மக்களின் பிரச்சனைகளுக்கு ராக்கி ஆதரவாக இருந்தார். ராக்கிக்கு தன் அம்மா மீது பாசம் இருந்தது. ராக்கி ஒரு உதாரணமாக நின்றார். அந்த மக்களுக்கு ராக்கி ஒரு முறை ரொட்டியாக நின்றார். ராக்கி தனது படகைக் கடக்கவிருந்தார். ராக்கி புயல்களை எதிர்த்துப் போராடும் வலிமையான மனிதர். தாயின் கனவை நிறைவேற்றி உலகை வெல்வது ராக்கிக்கு பெருமையாக இருந்தது. ராக்கி ஏழைகளுக்கு ஆதரவாக இருந்தார். நீங்கள் என்ன செய்தாலும் அவர் தவறு செய்யவில்லை, அவர் இறந்திருக்க வேண்டும்.

ரமிகா சென்: இது என்னுடைய உத்தரவு. கோடிக்கணக்கான கோடி தங்கத்தை கடத்தி வந்தான். அதுவும் யாருடைய அனுமதியும் இல்லாமல் சுரங்கம் தோண்டப்பட்டது. அவர் இறக்க வேண்டியிருந்தது. அதனால்தான் முடித்துவிட்டேன்.

எஸ்.பி. சாஹேப்: மேடம், ஒரு விஷயம் தெரியும், அவர் புயல் தாக்கியது. புயலால் கூட அவரை வெல்ல முடியவில்லை. நீங்கள் அவரை இறக்கவில்லை, அவர் இறந்தார், அவரே சரணடைந்தார்.

ரமிகா சென்: ஒன்று செய், ராக்கியின் பாடலைப் பாடு, நம் வேலையைச் செய்வோம். என்ன நினைக்கிறாய் யாராவது நம் தலையில் களியாட்டம் செய்ய வேண்டும் என்று நாங்கள் அந்த களியாட்டத்தை பார்த்துக்கொண்டே இருந்தோம்.

எல்லா இடங்களிலும் போலீசாரை குவிக்கவும். உங்கள் அனைவருக்கும் நான் உத்தரவிட்டுள்ளேன். அனைவரின் மரண தண்டனையில் கையெழுத்திட நான் தயாராக இருக்கிறேன். நீங்களும் தயாராக இருங்கள்.

ஆனந்த் இங்கலாகி: ரமிகா சென் செய்ததைப் போலவே செய்தார், ஆனால் ஷெட்டியைக் கொல்ல முடியாமல் லைன் கடத்தலை முடிவுக்குக் கொண்டு வந்தார். தங்கமும் வெள்ளியும் எங்கும் நின்றுவிட்டது. இரண்டாவது ராக்கி தயாராக இருந்தது.

விஜயேந்திர இங்கலகி: அப்பா, ராக்கியின் மகன் ராக்கியைப் போலவே இருந்தான் அல்லது அவனிடமிருந்து வேறுபட்டவன்.

(அப்போது ஸ்ரீநிவாஸ் வந்தார்)

ஸ்ரீநிவாஸ்: நீயும் இங்கே தீபா. வணக்கம் ஆனந்த். உங்களை சந்திக்க வந்துள்ளேன். உனக்கு சுயநினைவு வந்துவிட்டது என்று கேள்விப்பட்டேன், அதனால் மருத்துவமனையில் உன்னைச் சந்திக்க ஓடினேன்.

ஆனந்த் இங்லாகி: நீங்கள் என்னைச் சந்திக்க வந்ததில் நான் மிகவும் மகிழ்ச்-சியடைகிறேன். நன்றி .

ஸ்ரீனிவாஸ்: எனக்கு தெரிஞ்சது அவ்வளவுதான். ராக்கி இறந்த பிறகு என்ன நடந்தது? நான் முன்பு ராக்கியை மிகவும் மோசமாக அழைத்தேன். ஆனால் அவர் கடவுளாக மாறினார்.

ஆனந்த் இங்கலாகி: சரி உட்காருங்க, நான் 3வது அத்தியாயத்தின் கதையை இருவரிடமும் சொல்லிக் கொண்டிருந்தேன். நீங்கள் இங்கு இல்லாததால் கதையை கொஞ்சம் கூட கேட்காமல் இருக்கலாம். அதை நான் பிறகு சொல்கிறேன்.

ஸ்ரீநிவாஸ்: நீங்கள் சொல்வது போல் சரி.

ஆனந்த் இங்கலகி: இனயத் கலீல், கலீல் ஜிப்ரான் 15 வருடங்கள் நடுவில் யாராலும் கேஜிஎம்ப் தயாரிக்க முடியவில்லை. மீதி தங்கத்தை விற்று கே.ஜி.எம்ப் தயாரிக்கலாம் என்று இனயத் காளி நினைத்தார். ஆனால் ரமிகா சென் இந்-தியாவில் தங்கத்திற்கு தடை விதித்திருந்தார். இனயத் கலீலின் பணி முற்றிலும் கெட்டுப்போனது. ரமிகா சென் அடித்தாலும் போக்கிரித்தனம் ஓயவில்லை.

ஒரு நாள் காசிம் ராக்கியின் மகனை சந்தைக்கு அனுப்பினார். அரிசி கொண்டு வர. ஆனால் ராக்கியின் மகன் என்ன செய்தான். இதனால் மும்பை முழுவதும் பெரும் பரபரப்பு ஏற்பட்டது. உன் அண்ணன் வந்துட்டான்.

ராக்கி: அண்ணன் டோனா 1 கிலோ அரிசி.

கடைக்காரர்: சரி. நீங்கள் எவ்வளவு பணம் கொண்டு வந்தீர்கள்

ராக்கி: நான் 10 ரூபாய் கொண்டு வந்திருக்கிறேன்.

கடைக்காரர்: உனக்கு பைத்தியமா, 10 ரூபாய்க்கு சோறு யார் தருவது? ஒரு கிலோ அரிசி 30 ரூபாய்க்கு விற்கிறேன். முழு பணத்துடன் வா, இந்த அரிசியை நான் தருகிறேன்.

(அப்போது ஒரு வயதான தாய் அதே கடைக்கு வந்தாள். அவளும் கடைக்-காரனிடம் 1 கிலோ அரிசி கேட்டாள்.

ஆனால் ஏழை புத்தரிடம் பணம் இல்லை. எனக்கு தானியங்கள் கொடுங்கள் என்று கடைக்காரரிடம் கெஞ்சிக் கொண்டிருந்தார். ஆனால் கடைக்காரர் பணம் இல்லாமல் கொடுத்தார்.

சோறு தரவில்லை.ராக்கியின் மகனுக்கு அது பிடிக்கவில்லை.வயதான தாயா-ருக்கு தன் 10 ரூபாயில் பிஸ்கட் வாங்கிக் கொடுத்தான்.அதைக் கடந்து செல்லத் தொடங்கியபோது ஒரு குண்டனைக் கண்டுபிடித்தான்.அவனை குண்டா என்று அழைக்க ஆரம்பித்தான்.

குண்டா: இப்ப என்ன சாப்பிடு, நான் பணம் தருகிறேன். உன்னிடம் சாப்பிடக் கூட பணம் இல்லை.

(ராக்கியின் மகனைக் கேலி செய்யத் தொடங்கினான். அவனுக்குக் கோபம் வந்தது. சிறிது நேரம் பொறுத்துக் கொண்டு ஓடி வந்து தன் மொத்தக் கும்பலைக் கொன்றான். கடைக்காரனைக் கூட விட்டுவைக்கவில்லை.)

ராக்கி: நீங்கள் யாருக்கும் உதவ விரும்பவில்லை. அந்த ஏழை வயதான தாய்க்கு கொஞ்சம் தானியம் கொடுத்திருந்தால் என்ன நடந்திருக்கும். நீங்கள் இப்போதுதான் அடிபட்டீர்கள்.

கடைக்காரர்: நீங்கள் யார்?

ராக்கி: என் பெயர் உனக்குத் தெரிய வேண்டியதில்லை. ஏனென்றால் எனக்கு பெயர் இல்லை. நான் பெயர் இல்லாமல் இருக்கிறேன்.

கடைக்காரர்: உங்கள் பெற்றோரின் பெயர் என்ன?

ராக்கி: என் அப்பா பெயர், அம்மா பெயர் கூட எனக்கு தெரியாது. என் மீது ஏன் இவ்வளவு அக்கறை? சரி ஒன்று சொல்லுங்கள், அவர் கழுத்தில் ஏதோ அணிந்திருந்தார். பிரகாசமாக ஜொலித்துக் கொண்டிருந்தது. நான் விரும்பும் அதே பொருளை நான் எங்கே பெறுவது.

கடைக்காரர்: இந்தியா முழுவதும் தங்கம், வெள்ளி, வைரம், முத்து ஆகியவை நிறுத்தப்பட்டதால் எங்கும் கிடைக்கவில்லை.

ராக்கி: யார் மூடியது?

கடைக்காரர்: இந்தியப் பிரதமர்கள் தடை விதித்துள்ளனர்.

ராக்கி: அவரைப் போன்ற ஒரு சிறந்த ஆளுமையை நான் சந்திக்க வேண்டும் போல் இருக்கிறது.

தீபா ஹெட்ஜ்: ஆனந்த்ஜி, நீங்கள் மீண்டும் முன்னேறிவிட்டீர்கள்.

ஆனந்த் இங்லாகி: நான் மீண்டும் முன்னே சென்றேன்.

தீபா ஹெட்ஜ்: ஆம்.

ஆனந்த் இங்லாகி: ஒரு நாள் காசிம் ராக்கியின் மகனிடம் முழு உண்மை-யையும் கூறினார். நான் உன் தந்தை இல்லை என்று கூறினார். உங்கள் தந்தை ஒரு சிறந்த போர்வீரன். எங்களைப் போன்ற ஏழைகளுக்கு மதகுருவாக நின்றவர். அவர் உங்கள் பாட்டிக்கு வாக்குறுதி அளித்தார்.

ஒரு நாள் நான் உலகில் உள்ள அனைத்து தங்கத்தையும் கொண்டு வருவேன். உலகப் பொன் அனைத்தையும் எடுத்துக் கொண்டு, நம் மேசியா நம்மை விட்டுப் பிரிந்தார். உலகம் முழுவதும் அவரை ராக்கி பாய் என்று தெரியும். நீங்கள் ராஜா கிருஷ்ணப்ப பைரியாவின் மகன்.

இப்போது நீங்கள் மெசியாவாக சென்று மீண்டும் ஒருமுறை கேஜிஎஃப் பண்-ணுவீர்கள். எங்கள் ராக்கி அண்ணன் இப்போது வந்துவிட்டார். நான் இவ்வுலகை விட்டுச் சென்றால் எனக்கு ஒரு வாக்குறுதி கொடுங்கள். உங்களை தனியாக கரு-தாதீர்கள். உன் தந்தையை என்னிடமிருந்து பறித்த அனைவருக்கும் நீ பாடம்

புகட்ட வேண்டும். நீங்கள் மீண்டும் கேஜிஎஃப் காட்ட வேண்டும். அந்த ரமிகா சென்னிடம் உங்கள் சக்தியை காட்ட வேண்டும்.

ஒருபுறம், இனாயத் கலீல் கேஜிஎஃப் ஐத் தயாரிக்க கால் முதல் கால் வரை இருந்தார். ஆனால்

இனாயத் கலீல்: ஒரு காரியம் செய், ஜிப்ரான், உன் ஆட்களை அனுப்பி, எல்லா நாடுகளிலிருந்தும் தங்கத்தை கொள்ளையடிக்க, ஆனால் அதை இந்தியாவில் விற்க முடியாது. ஒரு காரியம் செய்யுங்கள், அவர்களுடைய தங்கத்தை கொள்ளையடித்து அவர்களுக்கு விற்கவும்.

கலீல் ஜிப்ரான்: நீங்கள் சொல்வதைச் செய்யப் போகிறேன். ஒன்று சொல்கிறேன். நீங்கள் KGF பற்றி நினைப்பதை நிறுத்துங்கள். அமைதியாக நாங்கள் எங்கள் தொழிலைச் செய்கிறோம், விஷயம் முடிந்துவிட்டது.

இனாயத் கலீல்: அடப்பாவிகளே, நாங்கள் பல வருடங்களாக முயற்சி செய்து விட்டு வெளியேறுங்கள். வாருங்கள், நீங்கள் சொல்கிறீர்கள் என்றால் விட்டுவிடுங்கள். எப்படியும் இப்போது கேஜிஎஃப் ஐ யார் கண்காணிப்பார்கள்?

கலீல் ஜிப்ரான்: ஜிந்தாபாத் உங்கள் வணிகம்.

ஆனந்த் இங்கலாகி: இப்போது மும்பை முழுவதும் தெரிந்தது. ராக்கி அண்ணன் வந்திருக்கிறார். இதற்கு அஞ்சிய ஷெட்டி தனது போக்கை மாற்றிக் கொண்டார். காசிம் உண்மையைச் சொன்ன பிறகு, ராக்கியின் மகன் தனது கனவுகளை நனவாக்கத் தொடங்குகிறான். அவர் 2 வருடங்களில் கேஜிஎஃப் சாதனையை அடைந்தார். ரமிகா சென்னால் ஒன்றும் செய்ய முடியவில்லை. ஏழைகளின் மேசியா திரும்பி வந்தார். பல வருடங்களுக்குப் பிறகு அந்த மக்களின் முகத்தில் மகிழ்ச்சியை வரவழைத்தார்.

தீபா ஹெட்ஜ்: ஆனந்த்ஜி, நீங்கள் மீண்டும் முன்னேறிவிட்டீர்கள். ஆனந்த் இங்லாகி: நான் மீண்டும் முன்னே சென்றேன். தீபா ஹெட்ஜ்: ஆம்.

ஆனந்த் இங்கலாகி: ஒரு நாள் காசிம் ராக்கியின் மகனிடம் முழு உண்மையையும் கூறினார். நான் உன் தந்தை இல்லை என்று கூறினார். உங்கள் தந்தை ஒரு சிறந்த போர்வீரன். எங்களைப் போன்ற ஏழைகளுக்கு மதகுருவாக நின்றவர். அவர் உங்கள் பாட்டிக்கு வாக்குறுதி அளித்தார். ஒரு நாள் நான் உலகில் உள்ள அனைத்து தங்கத்தையும் கொண்டு வருவேன். உலகப் பொன் அனைத்தையும் எடுத்துக் கொண்டு, நம் மேசியா நம்மை விட்டுப் பிரிந்தார். உலகம் முழுவதும் அவரை ராக்கி பாய் என்று தெரியும். நீங்கள் ராஜா கிருஷ்ணப்ப பெரியாவின் மகன். இப்போது நீங்கள் மெசியாவாக சென்று மீண்டும் ஒருமுறை கேஜிஎ பண்ணுவீர்கள். எங்கள் ராக்கி அண்ணன் இப்போது வந்துவிட்டார். நான் இவ்வுலகை விட்டுச் சென்றால் எனக்கு ஒரு சத்தியம் செய். உங்களை தனியாக கருத வேண்டாம். உன் தந்தையை என்னிடமிருந்து பறித்த அனைவருக்கும் நீ பாடம் புகட்ட

வேண்டும். நீங்கள் மீண்டும் கேஜிள காட்ட வேண்டும். அந்த ரமிகா சென்னிடம் உங்கள் சக்தியைக் காட்ட வேண்டும்.

ஒருபுறம், இனாயத் கலீல் கேஜிள ஐத் தயாரிக்க கால் முதல் கால் வரை இருந்தார். ஆனால் இனாயத் கலீல்: ஒரு காரியம் செய், ஜிப்ரான், உன் ஆட்-களை அனுப்பி, எல்லா நாடுகளிலிருந்தும் தங்கத்தை கொள்ளையடிக்க, ஆனால் அதை இந்தியாவில் விற்க முடியாது. ஒரு காரியம் செய்யுங்கள், அவர்களுடைய தங்கத்தை கொள்ளையடித்து அவர்களுக்கு விற்கவும்.

கலீல் ஜிப்ரான்: நீங்கள் சொல்வதைச் செய்யப் போகிறேன். ஒன்று சொல்-கிறேன். நீங்கள் கேஜிள பற்றி நினைப்பதை நிறுத்துங்கள். அமைதியாக நாங்கள் எங்கள் தொழிலைச் செய்கிறோம், விஷயம் முடிந்துவிட்டது. இனாயத் கலீல்: அடப்பாவிகளே, நாங்கள் பல வருடங்களாக முயற்சி செய்து விட்டு வெளியே-றுங்கள். வாருங்கள், நீங்கள் சொல்கிறீர்கள் என்றால் விட்டுவிடுங்கள். எப்படியும் இப்போது கேஜிள ஐ யார் கண்காணிப்பார்கள்? கலீல் ஜிப்ரான்: ஜிந்தாபாத் உங்-கள் வணிகம்.

ஆனந்த் இங்கலாகி: இப்போது மும்பை முழுவதும் தெரிந்தது. ராக்கி அண்-ணன் வந்திருக்கிறார். இதற்கு அஞ்சிய ஷெட்டி தனது போக்கை மாற்றிக் கொண்-டார். காசிம் உண்மையைச் சொன்ன பிறகு, ராக்கியின் மகன் தனது கனவுகளை நனவாக்கத் தொடங்குகிறான். அவர் 2 வருடங்களில் கேஜிஎஃப் சாதனையை அடைந்தார். ரமிகா சென்னால் ஒன்றும் செய்ய முடியவில்லை. ஏழைகளின் மேசியா திரும்பி வந்தார். பல வருடங்களுக்குப் பிறகு அந்த மக்களின் முகத்தில் மகிழ்ச்சியை வரவழைத்தார்.

மற்றும் இதற்குப் பிறகு ஸ்ரீனிவாஸ்: அதன் பிறகு என்ன நடந்தது என்று சொல்லுங்கள். விஜயேந்திர இங்கலாகி: ராக்கி ஒரு மேசியாவாக இருந்தபோது. அப்படியானால் அவர் ஏன் கொல்லப்பட்டார்? ஆனந்த் இங்லாகி: நான் மீண்டும் ஒருமுறை பேசுகிறேன். அவர் கொல்லப்படவில்லை, அவரே இறந்தார். ஒரு நாள் ரமிகா சென் மீண்டும் ஒரு கூட்டத்தை அழைத்தார்.

ரமிகா சென்: இங்கு எத்தனையோ பேர் இருக்கிறார்கள். அவர்களுக்கு நான் சொல்ல விரும்புவது இதுதான். ஏனென்றால் நான் இன்னும் என் வேலையைச் செய்யவில்லை என்று நினைக்கிறேன். நான் இன்னும் பிரதமர் என்ற கடமையை நிறைவேற்றவில்லை. நாங்கள் பலமுறை முயற்சித்தோம் ஆனால் அந்த முயற்சி-யில் அனைவரும் தோல்வியடைந்தோம் என்பது உங்கள் அனைவருக்கும் தெரி-யும். இலக்கு பெரியதாக இருக்க வேண்டும்.

அஸ்வின் கங்கர்: அதற்கு முன் நான் உங்களிடம் ஒன்று சொல்ல விரும்பு-கிறேன். நாட்டில் வறுமை அதிகரித்து வருகிறது, பலர் பசியுடன் தூங்குகிறார்கள். முதலில் அந்த மக்களுக்கு ஏதாவது செய்ய வேண்டும், பிறகு இந்த குற்றவாளிக-

ளைப் பார்ப்போம்.

**தனிநபர் மற்றும் சமூகத்தின் பொறுப்பு வறுமை இந்தியாவுக்கு மட்டுமல்ல, உலகம் முழுமைக்கும் சாபக்கேடு. வறுமையை ஒட்டுமொத்தமாக ஒழிப்பதற்கு உலக அளவில் ஒருங்கிணைந்த முயற்சிகள் தேவை. ஏழை மற்றும் பணக்காரர்- களுக்கு இடையேயான இடைவெளி நாளுக்கு நாள் அதிகரித்து வருகிறது. இந்த இடைவெளி பணக்காரர்களை மேலும் பணக்காரர்களாகவும், ஏழைகளை ஏழைக- ளாகவும் ஆக்குகிறது. செல்வ குபேரர்கள் தங்கள் செல்வத்தை முறையாக பயன்ப- டுத்தி வறுமையை ஒழிக்க ஒத்துழைக்க வேண்டும். வறுமை ஒழிப்பு என்பது தேசம் மற்றும் உலகத்தின் பொறுப்பு என்பது போல, அது தனி மனிதனின் மற்றும் சமூ- கத்தின் பொறுப்பாகும்.

**தன்னைக் கவனித்துக் கொள்வான் ஏழைகள் அதிலிருந்து வெளிவர முயற்- சிக்கும் வரை வறுமை ஒழியாது. வறுமையை அகற்ற ஒரே ஒரு வழி இருக்கிறது, ஏழைகள் தங்களைக் கவனித்துக் கொள்ள வேண்டும். தங்களால் உணவளிக்க முடியாவிட்டால் வேறு யாரும் உணவளிக்க வர மாட்டார்கள் என்பதை ஏழைகள் உணர அனுமதிக்க வேண்டும். அதாவது அவர்கள் வேலை செய்ய வேண்டும். வயிறு நிரம்ப முடியாத நிலையில் ஒரு குழந்தையை வாழ்நாள் முழுவதும் நிர்- வாணமாக வைத்து அநீதி இழைத்துவிடுவான் என்று ஒவ்வொருவரும் நினைக்க வேண்டும்.

**தரமான கல்வி அவசியம் நாட்டில் வறுமை ஒழிப்புப் பிரசாரம் அர்த்தமுள்- ளதாக அமைய வேண்டுமானால், கல்வியறிவு மட்டுமின்றி பொதுமக்களும் கல்வி கற்க வேண்டும். அத்தகைய தரமான கல்வி கொடுக்கப்பட வேண்டும், அதனால் அவர்கள் திறன் மற்றும் வாழ்க்கை. அதிக வேலைவாய்ப்புகள் உருவாக்கப்படுவ- தால், வறுமை நீங்கும். உணவு தானியம், பணம் கொடுத்தால் மட்டும் வறுமையை ஒழிக்க முடியாது என்பதை அரசு புரிந்து கொள்ள வேண்டும். இத்தகைய திட்- டங்கள் அதிக வேலை செய்யாத போக்கை ஏற்படுத்துகின்றன.

**எவ்வாறாயினும், எந்தவொரு நபருக்கும் உணவு கிடைக்காமல் போவது அரசாங்கத்தின் பொறுப்பு. இதற்கு ஆதரவற்ற முதியோர் மற்றும் ஊனமுற்றோ- ருக்கு மட்டுமே இலவச உணவு தானியங்கள் வழங்கப்பட வேண்டும். மீதமுள்ள- வர்களுக்கு, இன் படி உணவு தானியங்களுக்கு 5 முதல் 10 நாட்கள் வேலை கட்டாயமாக்கப்பட வேண்டும். இது மக்களின் வேலைப் போக்கை எழுப்புவதோடு, வறுமையையும் கண்டிப்பாகக் குறைக்கும்.

வறுமையை ஒழிக்க ஒவ்வொருவருக்கும் வேலை கிடைக்க வேண்டும். ஏழை- களுக்கு உரிய உரிமை கிடைக்க வேண்டும். தகுதியின் அடிப்படையில் வேலை கிடைத்தால் வறுமை ஒழியும். இந்த விஷயங்கள் அனைத்தும் அவசியம். அப்- போதுதான் வறுமை ஒழியும். பணவீக்கம் மிகவும் அதிகரித்துள்ளது என்ன சொல்-

வது.

மற்றும் இதற்குப் பிறகு